வழுக்கல்

இந்துசெல்லா

வேரல்
புக்ஸ்

வேரல் புக்ஸ் வெளியீடு எண்: 114

வழுக்கல் ✶ இந்துசெல்லா© ✶ சிறுகதைகள் ✶
முதல் பதிப்பு: டிசம்பர் 2023 ✶ பக்கங்கள்: 144 ✶
வேரல் புக்ஸ்: ✶ 6, இரண்டாவது தளம், காவேரி தெரு, சாலிகிராமம், சென்னை-600093 ✶
மின்னஞ்சல்: veralbooks2021@gmail.com ✶ தொலைபேசி: 9578764322 ✶
அட்டை வடிவமைப்பு: லார்க் பாஸ்கரன் ✶ லேஅவுட்: சந்தோஷ் கொளஞ்சி ✶

Vahukkal ✶ IndhuSella© ✶ Short Stories ✶
First Edition : December 2023 ✶ Pages: 144 ✶
Veral Books : No:6, 2nd Floor, Kaveri Street, Saligramam, Chennai -600093 ✶
Email : veralbooks2021@gmail.com ✶ Phone : 9578764322 ✶
Wrapper Designed by: Lark Bhaskaran ✶ Layout Designed by : Santhosh Kolanji ✶

Rs : 200/-
ISBN : 978-81-968467-6-3

நாற்பதாண்டு காலம் என்னில் பாதியாக,
என் தோளோடு தோள்கொடுத்து,
எல்லாவிதத்திலும் என் பின்னிருந்து இயக்கி,
இவ்வூனையும் உயிரையும் காத்து,
என்றென்றும் என் சிந்தையில் நின்று,
தன்னை ஒளித்து என்னை ஒளிரவிட்டவளுக்கு.

அணிந்துரை

கதைகள் கேட்டு கழிந்த இளம்பருவம் என்னுடையது. ராட்சசர்களும், சித்திரக்குள்ளர்களும், வானத்திலிருந்து இறங்கி வந்த தேவதைகளும், சிங்கங்களும் காளைகளும் நரிகளும் இரும்புக்கை மாயாவிகளும் நிரம்பிய கதைகளவை. எங்கள் ஆயா, தாத்தாவை நினைவு கூர்கிற போது கதை சொன்ன அவரது முகபாவங்களே ஞாபகத்துக்கு வருகிறது. ஆசிரியரான அப்பா சொன்ன கதைகள் தனித்துவமானவை.

'ஒரு மனைவி தனது தலை முடியை விற்று, கணவனுடைய பாக் கெட் கடிகாரத்துக்கு செயின் வாங்கினாள். அந்தக் கணவன் மனை விக்குத் தெரியாமல் கடிகாரத்தை விற்று, அழகிய அவளது கூந்தலை அலங்காரம் செய்துகொள்ள ஆடம்பரமான சீப்புகளை வாங்கினான்.' உறவுகளுக்குள்ளிருந்த அன்பின் இணக்கத்தை வெளிப்படுத்திய அந்தக் கதைகள் என் இதயத்தில் முள் வளராமல், பூ மலரக் காரணமாயிருந்தன.

பத்தாம் வகுப்பு பயின்ற காலத்தில்தான் தெரிந்தது அப்பா சொன்னது O Honry யின் The Gift of the Magi என்பது. இப்படி அவர் நிறைய கதைகள் சொன்னார். அவரிடம் கேட்ட Washington Irving யின் Rip Van Winkle கதைதான் என்னிடம் ஃபாண்டசி வளரக் காரணமாக இருந்தது. வளர வளர மொழி, இனம், சாதி பார்க்காமல், பாலினம் அறியாமல், கதை சொல்வதற்கு, உலகம் முழுவதிலும் இருந்து எனக்கருகே கதை சொல்லிகள் வந்து அமர்ந்திருந்தார்கள்.

ஒரு நாள் யாரும் தொந்தரவு செய்யக்கூடாதே என மாட்டுக் கொட் டைக்குள் அமர்ந்து கதை படித்தேன். தனபாக்கியத்தோட ரவ நேரம், புற்றில் உறையும் பாம்புகள் என சில கதைகள். அட இந்தக் கதைப் பாத்திரங்கள், நம் தெருவில், பக்கத்து வீட்டில், நாம் பார்க்கும் கண்ணா டியில் வாழ்பவர்களாயிற்றே என்று தோன்றியது.

சரி, இப்போது பேசப்போவது 'வழுக்கல்' சிறுகதைத் தொகுப்பு குறித்து. எங்களூர்க்காரர் இந்துசெல்லா (செல்லபெருமாள்) எழுதிய நூல் வழுக்கல். கல்பாக்கம் அணுஉலை ஆராய்சி மையத்தில் பொறி யாளராக பணியாற்றி ஓய்வு பெற்றவர். வெட்டவெளி மனிதர்கள், இணை போன்ற நாவல்கள் எழுதியிருக்கிறார். நான்கு தலைமுறை கதைகளை, அதனூ டாக பெண்களின் விழைவைப் பேசுகிற நாவல் இணை. அலமு குறு நாவல்கள் அடங்கிய தொகுப்பொன்றும் வெளி வந்திருக்கிறது. பிறந்த ஊரான பெண்ணாடம் குறித்து இவர் 2019 இல் எழுதியிருக்கிற ஊர் வரலாற்று நூல் தமிழுக்கு புது ஜானர் .

வழுக்கலும் தனித்துவமான கதைகள் கொண்ட தொகுப்புதான். இந்நூலில் ஏழுகதைகள் இருக்கின்றன. ஏழும் வெவ்வேறு நிலங்களில் வாழும் மாந்தர்கள் குறித்த கதைகள். கதை என்பது புனைவு. உண்மையைப் போன்ற புனைவு. அதேவேளை உண்மைகளை உணரவும் அறியவும் உதவக்கூடிய புனைவுகள். கதையாசிரியராக இருப்பது மிகவும் சிரமமான வேலை. நமது கற்பனையைவிடவும் வாழ்வு எல்லையற்ற விசித்திரங்களை வைத்திருக்கிறது. எழுத்தாளராகும் விழைவுடைய ஒருவர் தன் உடலைப் பிரிய வேண்டும். வெய்யிலோ, மழையோ, இருளோ, புயலோ, அவரது ஆன்மா இவ்வுலகின் மீது பறந்தவாறு இருக்கிறது. அவ்வான்மா ஒரு கதை எழுதி முடிக்கும்வரை இன்னொருவர் உடலில் வசிக்கத் தொடங்குகிறது. சௌந்தர்யம் கதையைப் படித்தவுடன் இந்துசெல்லாவின் ஆன்மா என் உடலுக்குள்ளும் சிறிது காலம் வாழ்ந்திருக்குமோ? எனும் அய்யத்தை தோற்றுவித்தது.

இதில் வருகிற சௌந்திரபாண்டியன் என்னைப் போலவே தோன்றினான். நிலையற்ற அலைபாய்கிற மனம். மேடவாக்கத்திலிருந்து நண்பனைப் பார்க்க ஊரப்பாக்கம் செல்கிறான். தாம்பரத்தில் இறங்கி வேறு பஸ் பிடித்து போகவேண்டும். வழியில் ஒரு பெண் குத்துவிளக்கு போல இருக்கிறாள். அவளைத் தாண்டிப் போக காலும் மனசும் மறுக்கிறது. அவள் பின்னாலேயே சுற்றுகிறான். பின்னால் இவன் வருவதை சந்தேகமாகப் பார்க்கிறாள் தோழி. ‘அந்த ஆள் நம்ம பின்னாலேயே வருகிறானே’ அலட்சியம் செய்துவிட்டு பஸ் ஏறுகிறாள். நம்ம ஆளும் பஸ் ஏறுகிறான். கூடுவாஞ்சேரியில் இறங்குகிறாள். இறங்க வேண்டிய இடத்தை விட்டுவிட்டு இவனும் அவளுடன் இறங்குகிறான். அவனுக்கு மனைவி இருக்கிறாள். இவள் பின்னால் ஏன் போகிறோம்? அவனுக்கே விளங்கவில்லை. சைக்கிளை எடுத்துக்கொண்டு கணவனைத் தேடி அழைத்து வரச்செல்கிறாள். திரும்பி கணவனோடு வருபவளைப் பார்க்கிறான், தாம்பரத்திலிருந்து அவனைக் கட்டி இழுத்து வந்த அழகு இப்போது மறைந்துவிட்டது.

எதிர்வீட்டுப் பெண் மீது மையல்கொள்ளும் ஒருவனின் கதையை அஸ்வகோஷும் எழுதியிருப்பார். ஒரு நாள் எதிர் வீட்டுக்குப் போக சந்தர்ப்பம் வாய்க்கும். வேர்வை நனைந்த ரவிக்கையும் மூக்குச் சளியை சாதாரணமாக துடைத்துக் கொள்ளும் விதமும், அவனுக்குள்ளே இருந்த தீராத கனவொன்றை மெல்ல கரைக்கும் கணம் அது. மனித மனசுக்குள் இப்படி விசித்திரங்கள் நிகழும் கணத்தைக் கண்டடைவதுதான் தரிசனம். ஒரு அழகானப் பெண்ணைப் பார்த்ததும் அவள் மீது நாட்டம் கொள்வது இயல்பான ஆண் மனம்தான். ஆனால் அவளை இந்த வாழ்க்கை

எப்படியெல்லாம் புரட்டிப்போட்டுத் துவைக்கிறது என உணர்ந்த நொடி அவளுக்காக அனுதாபம் எழுகிறதல்லவா? அதுதான் மனிதரின் ஈர மனம். ஆணாக, பணக்காரர்களாக, ஆதிக்க சாதியாக இருப்பவர்களை மனிதர்களாக மாற்றுகிறதல்லவா அதுவே கலை.

சமீபத்தில் ஒருநாள் இந்துசெல்லாவும் நானும் E.A மால் ஃபுட் கோர்ட்டில் சந்தித்தோம். என்னைவிட வயதில் மூத்தவர். சாய் கிக்ஸில் இஞ்சி டீ வாங்கி வந்து அருந்தக் கொடுத்தார். அவரது மகள் கனடாவில் பணியாற்றியவர். மாப்பிள்ளை ஜப்பானில் வேலை செய்கிறார். ஒரே பெயரன். புதுவை அரசு கல்லூரியில் மருத்துவம் பயில்கிறார். மனைவி யோடு நினைவில் வாழ்பவர்.

இவரது கதைகள் பெண்களின் தனிமையையும் துயரையும் பேசு பவை. இந்த யதார்த்தம் பெண்களுக்கும் விளிம்பு நிலையினருக்கும் உகந்ததாக இல்லை. இவர்களுக்கு வசதியான ஓர் உலகை தன் புனைவு களில் உருவாக்குகிறார் இந்துசெல்லா. ஒரு எழுத்தாளனால் முடிந்தது இதுதான். தாங்கள் விரும்புகிற ஓர் உலகை, தேசத்தை, இல்லத்தை, மனிதர்களை, கட்டியெழுப்ப விழைகிறார்கள். மனிதர்களுக்கு யதார்த்தம் தேவையில்லை. கனவுகளும் புனைவுகளுமே தேவை. அதன்வழிதான் நாம் புதிய யதார்த்தத்துக்கு செல்ல வேண்டியிருக்கிறது.

வழுக்கல் தொகுப்பில் நிறைய நல்ல கதைகள். ஒரு நகரில், குடி யிருப்போர் நலச் சங்கம் ஒன்று இருக்கிறது. குடியிருப்போர் அகச்சிக் கல்களுக்கும் தீர்வு காண்கிற சங்கமிது. மனிதர்கள் அருகருகே வாழ்வது ஒரு தோற்ற மயக்கம். அவர்கள் தனிமையில் உழல்கிறாராகள். இந்தத் தனிமைக்கு காரணமாக விளங்கும் கண்ணுக்குத் தெரியாத சுவர்களை இனம் கண்டு, அவற்றை உடைக்கும் வேலையை இந்து செல்லாவின் கதைகள் செய்கின்றன.

சாதி மறுப்புத் திருமணங்கள், உறவில் நிகழ்த்தும் சின்னச் சின்ன மன அவசங்களைக், கடந்து செல்ல வேண்டிய திசை வழியை, ‘அம்மா அம்மாதான்’ கதை காட்டுகிறது. கதையில் ‘சாதியின்னா என்னாம்மா’ பத்துவயது மகன் கேட்டபோது தடுமாறிப்போகும் தாயின் உணர்வுகளை இந்துசெல்லா தன்யியல்பில் சொல்கிறார்.

‘வழுக்கல்’, ‘சலனம்...சஞ்சலம்’ கதை இரண்டுமே பெண்களின் விழுமியம் சார்ந்த சிடுக்குகளை மிகநன்றாகவே சித்தரித்திருக்கிறார். குறிப்பாக வழுக்கல் சிறுகதை, தமிழின் சிறந்த சிறைகதைகளுள் ஒன் றாக அமைந்திருக்கிறது. பெண்ணிய உரையாடலை வளர்க்கிற ஒரு கதைப் பிரதி வழுக்கல். தனது பாலின அடையாளத்தைத் துறந்துவிட்டு

சிந்திக்கிற எழுத்தாளர்களால்தாம் எதிர்பாலினப் பாத்திரங்களை மனத் தடையற்று முழுமையாக உருவாக்க முடியும். புதுமைப்பித்தன், ஜெய காந்தன், தி.ஜானகிராமன் போன்றோர், அவர்கள் உருவாக்கிய பெண் பாத்திரங்களின் வழியேதான் மிகப்பெரும் புகழை எட்டினார்கள். ஆணாதிக்க பண்பாட்டு விழுமியங்களை தங்கள் பிரதிகளின் வழியே குலைத்தவர்கள் இவர்கள். வழுக்கல் கதையின் சரோஜாவும் அப்படி தான். மரபார்ந்த பெண் குறித்த சித்திரத்தை கலைக்கும் பாத்திரம் இது.

ஒரு கதைப் படிப்பதென்பது வெறும் நுகர்வின்பத்துக்காக மட்டு மல்ல. ஒரு புதிய மனிதராக நம்மை நாமே தயாரித்துக்கொள்ளவும்தான். சரோஜா அப்படிதான் நமக்கு உதவுகிறாள். பெண்களை நெருங்கிச் சென்று புரிந்துகொள்ளும் முயற்சிக்கு சரோஜா பாத்திரம் வழியாக நமக்கு உதவி செய்கிறார் இந்துசெல்லா. கைம்மைத்துயர் என அனுதா பப்படுவது வழக்கமான பார்வை. அவளது களியை கற்பனை செய்வது தான் முற்போக்கான சிந்தனை.

சிறுகதையாளர் எழுதுவது அவரது புறக்கண் பார்த்ததை அல்ல. அவரது அகதரிசனத்தை. அதற்கு அவரது அகம் விரிவடைந்திருக்க வேண்டும். புதுமைத் தேட்டம் கொண்டிருக்க வேண்டும். மனிதர்களைத் திறந்து உள்ளே நுழைய கற்றிருக்கவேண்டும். இருக்கும் உலகை நக லெடுக்க ஒரு கேமரா போதும். இவ்வுலகம் எப்படியிருந்தால் நன்றாக இருந்திருக்கும்? அப்படியொரு புத்துலகை, மாற்று யதார்த்தமாக எழுதத் தான் கலைஞர்கள் தேவைப்படுகிறார்கள். அப்படியொரு கலைஞராக மிளிர்கிறார் நம் இந்துசெல்லா.

இவ்வளவு எழுதிக்குவித்தும் இந்துசெல்லா தன்னை ஒரு பெரிய எழுத்தாளராக உணர்வதில்லை. எழுத்தைத் தாண்டி அதை ப்ரமோட் செய்வதில் அவருக்கு ஆர்வமிருக்கவில்லை. இதோ வழுக்கல் எழுதி விட்டார். வெளியாகிவிட்டது. அதற்குமேல் அது குறித்து செய்ய ஒன்று மில்லை என எண்ணுபவர் இந்துசெல்லா. எங்கோ கல்பாக்கத்தில் இருப் பவர், தஞ்சை விவசாயிகள், விவசாய சங்கங்கள், நிலவுடைமைச்சமூகம் குறித்து ஆய்வு செய்து அடுத்த நாவல் ‘செந்தழும்பு‘ எழுத தொடங்கி விட்டார். என்னால் அப்படியிருக்க முடியவில்லை. கொஞ்சநேரம் மெனக் கெட்டு அவரது கலைப் படைப்பை பேச நினைத்தேன். வாழ்வு ஒரு வழுக்கல் நிலம். வழுக்கி விழக்கூடாதென நினைப்பவர்கள் வழுக்கல் தொகுப்பை வாசிக்கலாம்.

நாள்: 27.12.2023

கவிஞர் **R. கரிகாலன்**

உங்களுடன்...

1980களில் எழுத முயற்சித்தவன், எம் எழுத்துக்கள் நண்பர்களால் பாராட்டப்பட்டாலும் எதுவும் புத்தக வடிவம் பெறவில்லை. அதற்கான முனைப்போ, தாகமோகூட அப்போது எம்மிடமில்லை. ஜெயகாந்தன் தொடங்கி தி. ஜானகிராமன், சாண்டில்யன் வரை அக்காலப் படைப்பாளர் களின் ஆக்கங்களை வாசிக்கும் வாய்ப்பு பெற்றேன். வாசிப்பின் மூலமே எழுத்தார்வத்தை வளர்த்துக்கொண்டேன். எம்முள் புதைந்துகிடந்த எழுத்தார்வம் 2015இல் தலைதூக்கியது. கடந்த ஐந்தாண்டுகளில் நான்கு புத்தகங்களை எழுதமுடிந்தது.

1980இல் ஒரு மலருக்காகச் சிறுகதை எழுதினேன். மூன்று பக்கங் களுக்குள் எழுதப்பட வேண்டுமென்கிற விதிக்குட்பட்டு எழுதிய அந்தச் சிறுகதைதான் என் எழுத்துக்கு கிடைத்த முதல் அச்சு வாய்ப்பு. சென்ற ஆண்டு 'இணை' நாவல் எழுதி முடித்தபின் ஓராண்டு எழுதாமலே இருந்துவிட்டேன். 2022இல் எதுவும் எழுதவில்லையே என்கிறக் கேள்வி தீடீரென்று எழுந்தது. அதற்கான விடைதான் இச்சிறுகதை தொகுப்பு. முப்பது நாட்களில் ஐந்து கதைகளை எழுதித் தட்டச்சுச் செய்து மாதிரி புத்தகம் அச்சடிக்க அனுப்பியபின், தொடர்ந்து ஒருவார அவகாசத்தில் மீத கதைகளையும் எழுதிச்சேர்க்கப்பட்டன. இத்தொகுப்பு மிகக் குறுகிய காலத்தில் உருவாக்கப்பட்டது.

ஏழெட்டுப் பக்கங்களில் சிறுகதைகள் எழுத வேண்டுமென்ற எம் முயற்சி தோற்றுப்போக தோராயமாக இருபது பக்கங்களில் வியாபித்துக் கொண்டன. சிறுகதைக்கான அளவீடு மீறப்பட்டுள்ளது. இந்நூல் வேறு பட்ட களத்தைக் கொண்ட ஏழு கதைகளை உள்ளடக்கியது. முந்தைய புதினங்களில் சாதியக் குறியீடுகள் தவிர்க்கப்பட்டிருந்தாலும், இக்கதை களில் இடம்பெற்றுள்ளன. எந்தச்சாதியையும் உயர்த்தியோ தாழ்த்தியோ பேசப்படவில்லை. அதில் எமக்கு உடன்பாடுமில்லை.

சாதி சமயம் பற்றிய புரிதல் இல்லாத பருவத்தில் சாதிப் பெயரைச் சேர்த்து கையொப்பமிடும் வழக்கமுள்ள என் தந்தையிடம், சாதிப் பெய ரைத் தவிர்த்து கையொப்பமிடும்படி 1964இல் கேட்டுக்கொண்டேன். அதற்கிணங்க தன் இறுதிக் காலம்வரை மு.வேலாயுதம் என்றே கையெ ழுத்திட்டார். தந்தை பெரியார் மூலம் பரவிய முற்போக்குச் சிந்தனைகள், சாதி வேற்றுமைகளெல்லாம் அவர் காலத்திலேயே வெகு ஜனங்களைச் சென்றடைந்தன. எம்போன்றோர்களின் சிந்தையில் ஏற்பட்ட மாற்றமே

அதற்கடையாளம். குறிப்பிட்ட ஓரிரு உயர்சாதியினர்களைத் தவிர மற்ற வர்கள் தம் சாதிப் பெயரைச் சொல்லிக்கொள்ள கூச்சப்பட்டது ஒரு காலம்.

படைப்பாளி விசாலமான பார்வையும், மனிதநேயமுடையவனாகவும் இருத்தல் அவசியம். அண்மைக்காலமாக மக்களிடம் சாதி, சமய உணர் வுகள் தூண்டிவிடப்பட்டு மனித ஒற்றுமைக்கு ஊரு விளைவிக்கும் பல நிகழ்வுகள் அரங்கேறி வருகின்றன. நாடு சுதந்திரம் அடைந்தபோது பிறந்து, வாழ்க்கையின் பெரும்பகுதியை அமைதியாகக் கழித்த என் போன்றோர்கள் இவ்வவலங்களை ஜீரணிக்க முடியாமல் தமிழகம் எதிர் காலத்தில் என்னவாகும் என்று கவலையுறச்செய்கிறது.

2019இல் எமது பெண்ணாடம் ஊர் வரலாற்று நூல் வெளியீட்டு விழாவில் கலந்துகொண்டு உரையாற்றியும், 'இணை' நாவலுக்கு தனது முகநூலில் சிறப்பான கருத்துரை வழங்கி வாசகர் மையத்தில் வெளிச்சம் பெறச்செய்த இனிய நண்பர் **கவிஞர் கரிகாலன்** அவர்களுக்கு நன்றி பாராட்டியாக வேண்டும். இலக்கியம், கலை, அறிவியல், அரசியல், சரித் திரம் என்று அனைத்து துறைகளிலும் சிறந்த அறிவுச் செறிவுள்ளவர் மற்றும் சிறந்த ஆய்வாளர். இவருடனான தொடர்பு சில ஆண்டுகளே என்றாலும் மனதிற்கு மிகவும் அணுக்கமானவர். சமுதாயத்திற்கு பயனுள்ள வகையில் தன் முகநூலை உபயோகிக்கும் நற்சிந்தனையுள்ள பொதுநலவாதி. தனது அன்றாட வேலை சிரமத்திற்கிடையே நல்லதொரு கருத்துரை வழங்கி இந்நூலுக்கு வலு சேர்த்த நண்பருக்கு மகிழ்வான நன்றி. மற்றும் 'வேரல்' பதிப்பகம் இந்நூலை வெளியிடுவதில் பெரு மகிழ்ச்சி, அன்பர் லார்க் பாஸ்கரன் அவர்களுக்கும் நன்றி சொல்லி மகிழ்கிறேன்.

நாள்: 27.12.2023

இந்துசெல்லா

[**P.V.** செல்லபெருமாள்]

email : sellaperumalpv@yahoo.com

mobile: 9445375921 & 7708024944

உள்ளடக்கம்

1. சௌந்தர்யம் — 11
2. மௌன சாட்சி — 23
3. மரக்கால் நெல் — 42
4. அம்மா அம்மாதான் — 64
5. வழுக்கல் — 80
6. சமாதானம் — 100
7. சலனம்...சஞ்சலம் — 118

சௌந்தர்யம்

சாய்பாபா நகரிலிருந்து மேடவாக்கம் சிக்னல் பஸ் ஸ்டாப் மிகவும் பக்கம்தான், ஆனாலும் சந்தோஷ் தன் பைக்கில் சௌந்தரபாண்டியனைக் கொண்டுவந்து விட்டுப் போனான். டி.வி.எஸ் ஆட்டோ மொபைல் சர்வீஸ் செண்டருக்குப் பக்கத்தில் இருந்த பஸ் ஸ்டாப் கொஞ்ச காலமாக கோல்டன் டெக்ஸ்டெயில் கடைக்கு முன் மாற்றப்பட்டு இருந்தது. மேடவாக்கம் மேம்பாலம் வேலை தொடங்கி மூன்று வருடங்களுக்கு மேலாகியும் இன்னும் முடிந்தபாடில்லை.

திடீரென்று தரைக் காற்று வேகமாக வீச மூக்குக் கண் ணாடிக்கு மேல் கையை வைத்து மறைத்தபடி, கைக்குட்டையால் மூக்கைப் பொத்திக்கொண்டான் சௌந்தரபாண்டியன். மிகக் குறுகலான ரோட்டில் லாரி முதல் அத்தனை வாகனங்களும் செல்ல வேண்டும். இதற்கிடையில் வரும் பேருந்தின் எண்ணைப் பார்த்து மக்கள் ஓடிப் போய் பஸ்ஸில் தொற்றிக் கொள்ளச் செய்தனர். தாம்பரம் கிழக்கு செல்லும் பஸ் ஒன்றன்பின் ஒன்றாக வந்ததே ஒழிய தாம்பரம் மேற்கு செல்லும் பஸ் ஒன்றும் வந்தபாடில்லை. பதினைந்து நிமிடங்களாகக் குறுகிய நெருக்கடி நிறைந்த பாதையின் ஒரு கடையின் படிமேல் நின்றுகொண்டு பஸ்ஸுக்காகக் காத்து நின்றான். எல்லோரின் பொறுமையைச் சோதிக்கும் இடங்களில் பஸ் ஸ்டாப்பும் ஒன்று.

'ச்சே...ஒரு பஸ்கூட வரமாட்டேங்குதே...' என்று மனதுக் குள் சலித்துக்கொண்டான். சில நொடிகளில் ஃபுட் போர்டு வழிய வழிய ஒரு பஸ் வந்தது. பஸ்ஸிலிருந்து அடித்துப் பிடித்து இரண்டு, மூன்று பேர் இறங்க, நான்கைந்து பேர் எப்படியோ தங்களை பஸ்ஸினுள் நுழைத்துக்கொண்டனர். நிச்சயம் அடுத்த பஸ் காலியாக வருமென்று சௌந்தரபாண்டியன் ஏறவில்லை. அவன் கணிப்பு சரியாகவே இருந்தது. இரண்டு நிமிடங்களில் தாம்பரம் மேற்கு செல்லும் பஸ் வந்தது. ஏழெட்டு பேர் பஸ்ஸில் நின்றனர். கண்டக்டர் அருகில் சென்று டிக்கட் வாங்குவதற்குள் பஸ் மேடவாக்கம் கூட்ரோட்டை அடைய பஸ்ஸிலிருந்து நான்கு

பேர் இறங்கவே உட்கார இடம் கிடைத்தது. பெருமூச்சு விட்டபடி சௌந்தரபாண்டியன் உட்கார்ந்தான்.

ஊரப்பாக்கத்தில் வசிக்கும் நண்பன் ஒருவனுக்கு உடல் நலமில்லாமல் தாம்பரம் மிஷன் மருத்துவமனையில் இருந்தபோது போய்ப் பார்க்க முடியாது போகவே, வீட்டிற்குச் சென்று விசாரித்து வரக் கிளம்பினான். இரண்டு மூன்று நாட்களுக்கு முன்பே போக வேண்டுமென்று நினைத்தவனால் இன்றுதான் முடிந்தது. சில வருடங்களாக எங்கே செல்வதானாலும் பைக்கில் தான் செல்லுவது. தற்போது மெக்கானிக் ஷெட்டில் பைக் நிற்கிறது. இரண்டு நாளில் ரெடியாகிவிடும் என்று மெக்கானிக் சொல்லி ஐந்து நாளாகப் போகிறது. “இப்பெல்லாம் எவன் சொன்னபடி செய்யிறா, ஸ்பேர் பார்ட் இல்லே மயிருல்லேன்னு ஏதாவது சாக்கு போக்கு சொல்லி நாள ஓட்டப் பாக்குறானுங்க...” பைக் ஞாபகம் வரும்போதெல்லாம் மெக்கானிக்குக்கு மனசுக்குள் பூஜை நடக்கும்.

அரிசிக் கடையை விட்டுவிட்டு அதிகம் சௌந்தரபாண்டியன் வெளியே போகமாட்டான். கடையைப் பார்த்துக்கொள்ள நம்பிக்கையான இரண்டு பையன்கள் இருந்தாலும், கடையைவிட்டு அவசியமில்லாமல் வெளியே செல்லுவதில்லை. சட்டைப் பையிலிருந்து ஃபோனை எடுத்துக் கடைப் பையனோடு பேசினான்.

“சொல்லுங்க அண்ணாச்சி...”

“ஒயிட் ரோஸ் புழுங்கல் அரிசி ஐம்பது மூட்டை வருதுலே, வாங்கி ஒழுங்கா குடோன்ல அடுக்குங்க...”

“சரி அண்ணாச்சி...”

“பழைய ஸ்டாக்கு மேல அடுக்காதீங்கலே. தனியா அடுக்கச் சொல்லு. நான் சொல்லுறது கேக்குதா...”

“கேக்குது அண்ணாச்சி சொல்லுங்க”

“பில்லை வாங்கிக்கிட்டு அஞ்சி நாளு கழிச்சி வந்து பணத்த வாங்கிக்கிடச் சொல்லு”

“சரி அண்ணாச்சி”

“அப்புறம்... டேபிள் கீழ் ட்ராயர்ல எம்பதாயிரம் பணம் பொட்டலமா கட்டி வைச்சிருக்கே, ஆரணி பார்ட்டி வந்தா குடு. நீ ஒன்னும் எண்ண வேணாம், தெரியுதாலே அப்படியே குடு”

“சரி அண்ணாச்சி. குடுத்திடுறே.”

“நான் வர்றதுக்கு நேரம் ஆனாலும் ஆவும். ஒம்பது மணிக்குக் கடையைப் பூட்டிட்டு சாவிய வூட்டுல குடுத்துடுலே.”

பேசி முடித்துவிட்டு ஃபோனை பையில் போட்டபடி திரும்பி னான். காமராஜபுரம் ஸ்டாப்பில் பஸ் நின்றது. பஸ்ஸில் ஏறிய சுந்தரேசன், சௌந்தரபாண்டியனைப் பார்த்துவிட்டு நலம் விசா ரித்தார்.

“என்னய்யா... அதிசயமா இருக்கு. பஸ்சுல யெல்லாம் ஒன்னிய பாக்கவே முடியாதே. எங்கிட்டு இப்படி...”

“வாங்க அண்ணாச்சி...ஊரப்பாக்கம் வரையில போயிட்டு வர னும். இப்படி ஒக்காருங்க..” பக்கத்தில் காலியாகயிருந்த இடத் தைக் காட்டி உட்காரச் சொன்னாள். அரிசிக் கடையைப் பற்றியும் மனைவி பிள்ளைகள் பற்றியும் விசாரித்தான்.

“ஊரு பக்கமெல்லாம் போயிட்டு வந்தீரா.”

“போன மாசம் பங்காளி வூட்டுல ஒரு சாவு. பெயிட்டு வந்தே”

“ஆமாமா...காளி நம்ம பொளப்புக்கு இப்படி காரியம் கல்யா ணத்துக்கு போனாதா உண்டு...”

“என்ன அண்ணாச்சி செய்ய ஊத்துப்பட்டியில காலத்த தள்ள முடியுமா..”

“நீ சொல்லுறது சரிதான்”

ஊர்க்காரர்களைக் கண்டால் மனத்தில் ஒரு உற்சாகம் தானே கூடிவிடும். அதுவும் தன் சமூகத்தார்கள் என்றால் கேட் கவே வேண்டாம். சொந்த மண்ணைவிட்டு கட்டிய வேட்டியோடு சென்னைப்பட்டினம் வந்திறங்கிய லட்சகணக்கான இளைஞர்கள் வளமோடு வாழ்கிறார்கள் என்றால் கடுமையான உழைப்புதான் காரணம். பஸ் தாம்பரம் வந்துவிட்டதை அறியாமல் இருவரும் பேச்சில் மூழ்கிப்போயினர். பஸ்ஸிலிருந்து இருவரும் இறங்கு வதற்குள் கீழே நின்றவர்கள் திபுதிபுவென்று ஏற, எப்படியோ முட்டி மோதி இறங்கினர்.

இறங்கிய உடன் சௌந்தரபாண்டியன் தன் சட்டைப் பை யில் செல்ஃபோன் இருக்கிறதா என உறுதி செய்துகொண்டான். நெறுக்கி அடித்து பஸ்ஸில் ஏறும்போதும் இறங்கும்போதும் பிக் பாக்கெட் ஸ்பெஷலிஸ்டுகள் கொஞ்ச காலமாக செல்ஃபோன்

திருட்டில் ஆர்வம் காட்டுகிறார்கள். எல்லா வகையிலும் முன் னேற்றம் ஏற்படும்போது பிக்பாக்கெட் திருட்டிலும் பல நூதன முறைகள் அவ்வப்போது கையாளப்பட்டு வருகின்றன.

சுந்தரேசனிடம் விடைபெற்றுக் கொண்டு சப்வே பக்கம் நடக்கத் தொடங்கினான். அடுத்தடுத்து ஒன்றன்பின் ஒன்றாக வந்த பேருந்துகள் வரிசையாக நிற்க, அதிலிருந்து இறங்கிய பயணிகள் கூட்டத்திலிருந்து எளிதாக சௌந்தரபாண்டியனால் மீண்டு வர முடியவில்லை. பாதை ஓரத்தில் பழங்களைக் குவித்து வைத்து வாஞ்சையோடு கூப்பாடுபோடும் வியாபாரிகளின் குரல் அவனைத் தடுத்து நிறுத்தியது. வெறுங்கையோடு நண்பனைப் போய்ப் பார்ப்பது நன்றாக இருக்காதென்று கொஞ்சம் பழங்கள் வாங்க எண்ணினான். விலை பேரம் பேசாமல் இவன் இரண்டு மூன்று பழங்களைத் தேர்வுச் செய்து எடுத்துக் கொடுப்பதற்குள் கடைக்காரன் இரண்டை எடுத்து தராசுத் தட்டில் போட்டு பொட் டலம் கட்ட முயன்றான். கடைக்காரன் பழங்களைப் பொட்டலம் கட்டும்போது பெரும்பாலும் முகவர்கள் பையிலிருந்து பணத்தை எடுத்து எண்ணிக் கொடுக்க முயலுவார்கள். இந்தச் சில மணித் துளிகளைப் பயன்படுத்தி ஏற்கெனவே மறைவாகக் கட்டி வைத் திருக்கும் பொட்டலத்தை எடுத்து நீட்டுவான். அழுகிய பழங் களைக் காசாக்கும் தந்திரம் இது. வியாபாரிகளின் இந்தச் சூதை அறிந்தவனாதலால் பழத்தைப் பொட்டலம் கட்டிக் கொடுக்கும் வரை நின்று பார்த்துவிட்டு பணத்தைக் கொடுத்தான்.

சாலையின் எதிர்ப்புறமுள்ள பேருந்து நிலையத்திற்குச் சென்று பஸ் பிடித்து ஊரப்பாக்கம் செல்ல வேண்டும். சப்வே படிகளில் இறங்கத் தொடங்கினான். படிகளில் நின்றபடி பெண் களும் முதியோர்களும் சிறுசிறு வியாபாரம் செய்துகொண்டிருந் தனர். சப்வே நடைபாதை இருமருங்கிலும் வரிசையாகக் கடைகள் விரிக்கப்பட்டு இருந்தன. பனியன், ஜட்டி, தொப்பி, சிறுவர் உடைகள், விளையாட்டுப் பொருட்கள், சோப்பு, சீப்பு, மை, பொட்டு, கழுத்து மணி, வளையல்கள் போன்ற பேன்சி பொருட்களும் விற்கப்பட்டன. பயணிகள் நடந்து செல்லும் பாதையைக் கடைகள் ஆக்கிரமித்துக்கொண்டதால் பால் பேத மின்றி ஆண்களும் பெண்களும் உரசியும் இடித்தும் தள்ளியும் செல்ல வேண்டியிருந்தது. அந்த நெருக்கடியிலும் ஊனமுற்றோர், முதியோர் பிச்சை எடுத்துக்கொண்டிருந்தனர்.

மெல்ல மெல்ல நடை பாதையைக் கடந்து படிகளில் ஏற

எத்தனித்த சௌந்தரபாண்டியன் ஒரு பெண்ணைப் பார்த்துவிட்டு அப்படியே நின்றான். பின்னாலிருந்து படியில் ஏற முயன்றவர்கள் முறைத்துப் பார்த்துவிட்டுக் கடந்து சென்றனர். சடன் பிரேக் அடித்து நின்ற வண்டியைப் போல அப்படியே நின்றான். அவன் சிலையாய் அப்படி மலைத்து நிற்கக் காரணம் இல்லாமலில்லை. மிகச்சாதாரண உடையில் ஏழ்மை தன் முழு ஆகிருதியையும் பறைசாற்ற, பெண்ணிற்கான அத்தனை கவர்ச்சியும் அழகையும் கொண்ட பெண் ஒருத்தி, கடைக்காரனிடம் கழுத்து மணியை எடுத்துக்காட்டி விலைபேசிக்கொண்டிருந்தாள். அருகில் நின்றவள் கடைக்காரனிடம் விலையைக் குறைத்துக் கொடுக்கும்படி சிபாரிசு செய்தாள்.

அசையாமல் நின்ற இடத்திலேயே நின்றபடி அவளின் ஒவ்வொரு அசைவையும் உன்னிப்பாக ரசித்துக்கொண்டிருந்தான். தன் வாழ்நாளில் அத்தனை அழகான பெண்ணைப் பார்த்ததில்லை என்பது உண்மைதான். அவனுக்கும் அவள் நிற்குமிடத்திற்கும் உள்ள இடைவெளி பதினைந்து அடி தூரமிருக்கும். உச்சு முதல் உள்ளங்கால் வரை அவளையே கூர்மையாகப் பார்த்தபடி இருந்தான். ஐந்து நிமிடங்களுக்கு மேலும் அந்த மணியை வாங்குவதாக தெரியவில்லை. படியிலிருந்து இறங்கி அவளை நெருங்கினான். இரண்டு ரூபாய்க்குக் கடைக்காரனிடம் பேரம் பேசி நின்றவளின் ஏழ்மை அவனுக்குப் புரிந்தது. “இந்தாம்மா... துட்ட குடு நீ, ஒன்ன மாரியே அல்லாரும் வந்தா எங்க பொழப்பு வெளங்கிபுடும் போ..” சொல்லியபடி மணியைக் கொடுத்தான் கடைக்காரன்.

வாங்கிய மணியைக் கழுத்தில் போட்டு அழகு பார்த்து விட்டு, கையிலிருந்த சிறிய மணி பர்ஸைத் திறந்து பணத்தைக் கொடுத்து விட்டுத் திரும்பினாள். அவன் மீது மோத வேண்டியவள், நிமிர்ந்து ஒருநொடி பார்த்துவிட்டு நகர்ந்தாள். தன்னைக் கடந்து செல்பவளைத் தொடர்ந்தது அவன் கால்கள். படியேறிச் செல்லும் அவளின் பின்னழகைப் பார்த்தபடி ஏறினான். படிகளைக் கடந்து நடையைத் தொடர்ந்தவள் எதிரில் வந்த பெண்மணியைக் கண்டு நின்றாள். அவள் கையைப் பிடித்துக்கொண்டு வாஞ்சையோடு நலம் விசாரித்தாள். அவளுடன் வந்தவள் பாதையோரம் கூறுகட்டி விற்கும் கொய்யாப் பழக்கடையை நெருங்கி வாங்க முயன்றாள். பின்னால் வந்த சௌந்தரபாண்டியன் அவர்களைக் கடந்து பத்தடி சென்று ஒதுங்கி நின்றான். அவள் சிரித்துப் பேசும்போது கன்னத்து குழி அழகைப் பார்த்து ரசித்தான். கொய்யா, ஆப்பிள்,

ஆரஞ்சு, காய்கறிகள், கீரை எனப் பாதையோரத்தில் கூறு கட்டி விற்கும் கடைகள் தொடர்ந்தன.

ஐந்து நிமிடத்திற்கு மேல் அந்தப் பெண்மணியிடம் பேசியவள் ஒரு வழியாக விடைகொடுத்துவிட்டு பஸ் நிற்குமிடத்தை நோக்கித் தோழியுடன் விரைந்தாள். அவர்களின் வேகத்திற்கு ஈடாக சௌந்தரபாண்டியனும் நடந்தான். செங்கல்பட்டு செல்லும் பஸ்ஸில் இருவரும் ஏறிய வேகத்தில் இறங்கினர். வேகமாக வந்து அவர்கள் பின்னால் ஏற எத்தனித்தபோது, இருவரும் இறங்கவே ஃபுட் போர்ட்டில் ஒதுங்கி வழிவிட்டவன், இயந்திரம் போல அவர்கள் பின்னால் இவனும் ஓடினான். நின்றிருந்த பஸ்சுக்கு முன்னால் செங்கல்பட்டு செல்லும் இன்னொரு பஸ் மெல்ல சென்றுகொண்டிருந்தது. ஓடிப்போய் பெண்கள் இருவரும் அதில் தொற்றிக்கொண்டனர். அவனும் ஏறிக்கொண்டான்.

"ஃபுட்போர்டுல நிக்காதீங்க ஆரும்மா அது ஏறி உள்ளவா.." கண்டக்டர் குரல். ஃபுட்போர்ட் நுழைவில் ஆண்கள் நெருக்கியடித்து நிற்கவே பெண்கள் உள்ளே நுழைந்துசெல்லத் திண்டாடினர். அவர்களுக்குப் பின்னால் அவனும் தொற்றிக்கொண்டான்.

"ய்யோ..வண்டில ஏறுனா உள்ள வரமாட்டீங்களா, அப்டியே செவுரு வைச்சமாரி நில்லுங்க. உள்ளதான் அம்மா எடம் யிருக்கில்லே.. தள்ளி வாப்பா, ஏம்ப்பா நீலசட்டை நவுந்துவா யிப்பிடி.. ஒனக்கு வேற தனியா சொல்லுனுமா.." கண்டக்டர் கத்தினான்.

வழியில் நின்ற சிலர் உள்ளே நகர்ந்து செல்ல, கிடைத்த சிறு இடைவெளியில் பெண்கள் இருவரும் உள்ளே சென்று பெண்கள் பக்கத்தில் நின்றுகொண்டனர். இருக்கையிலுள்ள கம்பியைப் பிடித்தபடி எதேச்சையாகத் திரும்பிப் பார்த்தாள். நெரிசலுக்கிடையே சௌந்தரபாண்டியன் கண்கள் தன்னை விழுங்கிவிடுவது போல பார்க்கவே சட்டென்று முகத்தைத் திருப்பிக்கொண்டாள். இரும்புலியூர் ஸ்டாப்பில் சிலர் ஏற மீண்டும் புட்ஃபோர்டு பக்கத்தில் நெருக்கடி. மெல்ல அந்த நெரிசலிலிருந்து தன்னை விடுவித்துக்கொண்டு பெண்கள் நிற்குமிடத்திற்கு நகர்ந்து வந்தான். அவள்தோளுக்கும் இவன்தோளுக்கும் இரண்டு இஞ்ச் இடைவெளி. தாம்பரம் ரயில்வே பாலத்தைக் கடந்து லேசான வளைவில் பஸ் சென்றபோது அவள் மேல் மோதிக்கொண்டான். மீண்டும் இடைவெளி விட்டு நின்றான். அவ்வப்போது அவளைப் பார்க்கத் தவறவில்லை.

“அக்கா..அந்தாளு ஒன்ன அடிக்கடி முறைச்சி பாக்குறா பாரே” சுந்தரியிடம், தனம் கிசுகிசுத்தது அவன் காதிலும் விழுந்தது.

“பாத்தா பாத்துட்டு போறான் போடி...”

ரயில்வே பால இறக்கத்தில் பஸ் செல்லும் போது வலப்பக்கம் எதிர் திசையில் போகும் வாகனங்களை பார்த்தபடி நின்றான். ஊனமுற்ற ஒருவர் மூன்று சக்கர வண்டியில் பால ஏற்றத்தில் சிரமப்பட்டு ஏறிக்கொண்டிருந்தார். ஏராளமான வாகனங்கள் அந்த வண்டியைக் கடந்துச் சென்றன. ஒரு பைக்கில் சென்ற நண் பர்கள் திடீரென்று பைக்கை ஓரமாக நிறுத்திவிட்டு, மூன்று சக்கர வண்டியை பாலத்தில் மேடுவரை தள்ளிச் சென்று விட்டுவிட்டு திரும்பினர். இதைப் பார்த்தபடி சௌந்தரபாண்டியன் பக்கத்தில் நின்ற மூத்தவர் சொன்னார், ‘பரவாயில்லப்பா கஷ்டப்படுறவங்கள பாத்து எரக்கப்படுற பிள்ளய்ங்களும் இருக்காங்க..’

சுந்தரியும் தனமும் கூடுவாஞ்சேரிக்கு டிக்கட் வாங்கினர். ஊரப்பாக்கம் இறங்க வேண்டியவனும் கூடுவாஞ்சேரிக்கு டிக்கட் எடுத்தான். நண்பனைச் சென்று பார்க்க வேண்டியவன் வந்த வேலையை மறந்துவிட்டு அவளையும், அவள் அங்கங்களையும் பார்த்துப் பருகிக்கொண்டிருந்தான். பஸ் வண்டலூர் அடையும் போது இடம் கிடைக்கவே சுந்தரியும் தனமும் உட்கார்ந்தனர். நெருங்கி நின்ற பயணிகளில் பாதி பேர் இறங்கிவிட்டனர். முன் பக்க ஃபுட்போர்டு அருகில் நின்றபடி சுந்தரியைப் பார்ப்பதும் சட் டென்று வேறு திசையில் பார்வையை ஓட்டுவதுமாக இருந்தான்.

பஸ் ஊரப்பாக்கம் கடந்து செல்லும்போது சௌந்தர பாண்டியன் அவளைப் பார்த்தான். அதுவரை அவன் பார்வையை அசட்டை செய்து வந்தவள் சில வினாடிகள் இமைக்காமல் அவ னையே பார்த்தாள். அவள் பார்வையின் கூர்மையைத் தாங்க முடியாமல் கீழே குனிந்துகொண்டான். அடுத்த இரண்டு நிமிடத் தில் பஸ் கூடுவாஞ்சேரியை நெருங்க சுந்தரியும் தனமும் இறங்க ஆயத்தமாயினர். இறங்கியும் விட்டனர். அவனும் இறங்கினான்.

கூடுவாஞ்சேரி பஸ் நிலையம் தாம்பரம் போல நெருக்கடி யான இடமாக மாறிவிட்டது. திரும்பிய பக்கமெல்லாம் மக்கள் கூட்டம். ஆட்டோ, கார், பஸ், கனரக வாகனம் என்று ஊரின் அடையாளம் தேய்ந்துவிட்டது. பஸ்ஸிலிருந்து இறங்கிய பெண்கள் இருவரும் எதிர்த்திசையில் சென்றனர். வாகன நெரிசலில் பெண் கள் எந்தத் திசையில் சென்றார்களென்று தெரியாமல் சற்று நேரம்

குழம்பிப் போனான். நூறடி தூரத்தில் நந்திவரம் சாலையில் சுந்தரி செல்லுவதைக் கண்டுவிட்டான். வேகமாக ஓடி அவளைப் பின்தொடர்ந்தான்.

சாலையின் வலப்பக்க ஓரத்தில் நடந்தான். பேச்சுவாக்கில் பார்வையை ஓட்டிய தனம் அவனைப் பார்த்து விட்டாள்.

"அக்கா... அந்த ஆளு நம்ம பின்னால வர்றா பாரே!"

"சரி நீபாட்டு வாடி...ரோட்டுல ஆயிரம் பேரு போவா வரு வா." பதில் சொல்லிவிட்டு பாதையோரம் தண்ணீர் தேங்கியிருந்த குழியைத் தாண்ட, வலது கையால் புடவை ஸ்பிலிட்டைத் தூக்கிய படி தாண்டிச் சென்றாள். நேரம் ஐந்தரை மணி இருக்கும். தான் என்ன செய்கிறோம், எங்கேப் போகிறோம் என்கிற உணர்வின்றி ஏதோ மந்திரத்திற்குக் கட்டுண்டவன் போல சுந்தரியைப் பின் தொடர்ந்தான். அவள் யார் எப்படிப்பட்டவள், என்ன பின்னணி என்கிற எந்த பிரக்ஞையுமின்றி தொடர்ந்தவனுக்கு, அவளைப் பார்த்துக்கொண்டே இருக்க வேண்டுமென்று மட்டுமே தோன்றி யது. மூலக்கழனி, அருங்கல்லையும் தாண்டி குருகணேஷ் நகரை நெருங்கியதும் இருவரும் நின்றனர். வலப்பக்கம் சாலையோரம் வந்துகொண்டிருந்த சௌந்தரபாண்டியனைப் பார்த்துவிட்டு,

"நா சொன்னமாரி நம்ம பின்னாலிய வர்றாபாரு அந்த ஆளு.." தனம் சொல்ல, "சரி நா வீட்டுக்கு போறே நீ போடி.." என்று அவளைப் போகச் சொல்லிவிட்டு எதிர்ப்புரம் தெற்கு நோக்கிச் செல்லும் தெருவில் நடந்தாள். தெரு திருப்பத்தில் வந்தவன் சுந் தரியைப் பார்த்தபடி நின்றான். பின்பு சுந்தரி செல்லும் தெருவில் நடந்தான். வீடுகள் அதிகமில்லாத பகுதி. சிறிய மங்களூர் ஓடு வேய்ந்த வீட்டினுள் சுந்தரி நுழைந்தாள். நுழைந்த அரை நிமிடத் தில் சைக்கிளைத் தள்ளியபடி வெளியே வந்தாள்.

"பொழுது இருட்டறதுக்கு முன்ன போயி அவர இழுத்திட்டு வந்துடுன்னு சொல்லிட்டுத்தான்டி போனே.. இருட்டிருச்சி... அந்த மனுஷன் எங்க சுருண்டுட்டு கெடக்கோ... கடவுளே.."

"நாளைக்கு பரீட்சை.. அதுக்கு படிச்சிட்டிருந்தேம்மா. நேரம் போனதே தெரியில..."

"எல்லாத்துக்கும் ஒரு காரணம் வச்சிக்கோ, எனக்குன்னு வந்து சேந்தீங்களே"

மகளிடம் கோபமாகப் பேசிவிட்டு சைக்கிளில் ஏறப்போனவள்

எதிரில் வந்த கன்னியப்பனைப் பார்த்து, அண்ணே அவரை எங்கி யாவது பார்த்தீங்களா என்றாள்.

"நாலு மணிக்கு நல்லாதான் போனான். இந்நேரம் எந்த சந் துல, முக்கட்டுல கெடக்குறானோ... நானுந்தா குடிக்கிறே... ஓம் புருஷன் மோசம் ஒருத்தனும் இல்லே. பத்து பைசாவுக்குப் பொ றாத பசங்ககிட்ட யெல்லாம் கும்பிடுபோட்டு காசுக்கு பிச்ச எடுக் குறத என்னால தாங்கிக்க முடியலம்மா.."

கன்னியப்பன் சொல்லுவதை முழுதாகக் கேட்காமல் வேக மாக சைக்கிளில் ஏறிச் சென்றாள். சுந்தரி, மகளைத் திட்டியதை யும் அதற்கு மகள் கூறிய பதிலையும், தள்ளாடியபடி வந்த கன்னி யப்பன் சொன்னதையும் கேட்டுக்கொண்டே வந்த சௌந்தரபாண் டியன் அப்படியே நின்றான். தனக்கு முன்னே சாய்ந்து சாய்ந்து செல்லும் கன்னியப்பனை அணுகி சுந்தரியைப் பற்றித் தெரிந்து கொள்ள விரும்பினான். நேரடியாக விஷயத்திற்கு வராமல், 'ராம சாமி வீடு எதுங்க' என சும்மா வினவினான். எல்லாத் தெருவிலும் ராமசாமி, கந்தசாமி என்று யாராவது இருப்பார்கள் என்கிற நம் பிக்கையில் கேட்டான். அப்படி இருந்தாலும் தான் தேடிவந்தவர் அவரில்லையெனத் தப்பித்துக்கொள்ளலாம் என்று விசாரித்தான்.

அவன் எண்ணியபடி ராமசாமி ஊரில் இல்லை, திருமணத் திற்குப் போயிருப்பதாக அவர் பதில் சொல்ல, மிகுந்த ஏமாற்றத் திற்கு ஆளானவன் போல முகத்தை வைத்துக்கொண்டான். சுந் தரியின் வீட்டிற்கு மூன்றுவீடு தள்ளிதான் அவர் வீடு. கையிலுள்ள காசுக்கேற்ப திட்டமாக மது அருந்திவிட்டு ஓரளவு தெளிவான நிதானத்துடன் வீடு வந்து சேரக்கூடியவர் அவர். வீட்டு முற்றத் திலுள்ள சிமெண்ட் மேடையில் உட்கார்ந்தார். பக்கத்திலுள்ள மேடையில் சௌந்தரபாண்டியனை அமரச் சொன்னார். கன்னி யப்பன் தன்னைப் பற்றிக் கேட்ட விவரங்களைச் சொன்னவன், சகஜபாவத்தோடு சுந்தரி குடும்பத்தைப் பற்றி வினவினான்.

"அதை ஏன் கேக்குறீங்க எல்லாம் விதின்னுதான் சொல்லனும். அந்தப் பொண்ணு அழவுக்கும் லட்சணத்துக்கும் மகாராணி மாரி வாழ வேண்டியவ, வூட்டுக்காரன் தமிழ்ச்செல்வன் ஹைஸ்கூல் வாத்தியாரா இருந்த ஆளு. ரெண்டுபேரும் மனசு பிடிச்சு கல்யா ணம் கட்டிக்கிட்டவங்க. இங்க வந்து பத்து வருசமாச்சு. பெரிய பொண்ணுக்கு ஆறேழு வயசு இருக்கும்போது வந்தாங்க. மெயின் ரோட்டுல நல்ல வசதியான வூட்டுலதான் குடி இருந்தாங்க. மறை மலைநகர் ஸ்கூல்ல வாத்தியாரா இருந்தாரு. பிள்ளய்களுக்குப்

படிப்புச் சொல்லிக்குடுத்து, ஒழுக்கத்தை சொல்லிக்குடுத்து புத்திவானா ஆக்கற வாத்தியாருங்களே குடிச்சி குட்டிச்சுவரா ஆவுறாங்களேன்னு இந்த தமிழ்ச்செல்வனைப் பாத்துதா தெரிஞ்சி கிட்டே. அந்த ஆளு நல்ல மனுசன்தான். பிரண்டோட கூடிதான் இந்தக் கெதிக்கு ஆளாயிட்டான்." சில வினாடிகள் பேச்சை நிறுத்திவிட்டு பின்பு தொடர்ந்தார்.

"வுடுப்பா.. இந்தக் கதையப் பேசி என்ன ஆவப் போவுது. நல்லா சிறப்பா வாழுறவுங்களப் பத்தி பேசுனா மனசுக்கு கொஞ்சம் சந்தோஷமா இருக்கும். எவ்வளோ நாகரீகமா வசதியோட மாடி வூட்டுல வாழ்ந்த பொண்ணு இப்ப உள்ளங்கை வூட்டுல குடியிருக்கு. அத்தப் பாக்கவே மனசு வெறுத்துப் போவும். ஆனா, அல்லாத்தையும் தாங்கி சமாளிச்சிகினு வர்ற பொண்ணைக் கை யெடுத்து கும்புடனும். நல்லக்காலம் வராதான்னு நம்பிகினு அது ஓடுற ஓட்டத்தைப் பாக்கும்போது சத்தியமா சொல்றே சில நேரம் எங்கண்ணே கலங்கிப் போவும்.."

குரல் உடைந்து கன்னியப்பன் விழிகள் நீரில் மிதந்தன. லேசாகக் கனைத்துக்கொண்டார். தமிழ்ச்செல்வன் மோசமான குடிகாரனாக ஆனது நான்கு வருடமாகத்தான். இரண்டு வாய் ஆகாரங்கூட சாப்பிடாமல் குடிபோதையில் கிடந்ததால் குடல் புண்ணாகி ஒருமுறை குடல் அறுவை சிகிச்சைகூட செய்யப்பட்டது. அதிகபட்ச போதையில் வீட்டில் வந்து சுருண்டுபடுத்தான் என்றால் மறுநாள் பகல் பன்னிரண்டு மணிக்கு மேல்தான் சுய நினைவு வரும். மெல்ல எழுந்து அப்படியே உட்கார்ந்திருப்பான். மது தன்னை எப்படிப்பட்ட கேவலமான நிலைக்குத் தள்ளிவிட்டதே என்று எண்ணி அழுவான். சுந்தரி காலில் விழுந்து மன்னிக் கும்படி கண்ணீர் விடுவான். மிகவும் தெளிவாக அன்பொழுக மனைவி மக்களிடம் பேசுவான். முதல் நாள் போதையில் உளறி யவன் இவன்தானா என்று எண்ணத் தோன்றும். அப்பா எப் போதும் இப்படியே இருக்கமாட்டாரா என்று பிள்ளைகளும் சுந்தரியும் நினைத்து வெதும்பிப் போவார்கள். ஒவ்வொரு நாளும் மாலையில் சுந்தரி கொடுக்கும் பணத்தோடு டாஸ்மாக் கடையை நோக்கி அவன் கால்கள் பயணிக்கும்.

கன்னியப்பன் சொல்ல முழுமையாகக் கேட்டுவிட்டு சௌந்தரபாண்டியன் சொன்னான், இந்த மாதிரி மோசமான குடிகாரர்களை மது பழக்கத்திலிருந்து மீட்டுக் கொண்டுவர மருத்துவ சிகிச்சைச் செய்கிறார்கள். தாம்பரம் பக்கத்தில்தான்

அதற்கான ஆஸ்பத்திரி இருக்கிறது. குடிகாரர்கள் இந்த சிகிச்சைக்கு உடன்பட வேண்டும், ஒத்துழைக்க வேண்டும். குடியால் செத்துப் போய்விடுவார்கள் என்று சொல்லப்பட்ட பலபேர் இந்த சிகிச்சையால் தேறி வந்துவிட்டதை நானே பார்த்திருக்கிறேன். தாம்பரம் ஆஸ்பத்திரிக்குப் போகச் சொல்லுங்கள் எனக் கூறிவிட்டு எழுந்தான். அதுவரை கையோடு கொண்டுவந்த பழங்களை கன்னியப்பனிடம் கொடுத்துவிட்டுக் கிளம்பினான்.

சைக்கிள் கேரியரில் கணவனை உட்காரவைத்து தள்ளிக் கொண்டு வந்த சுந்தரி, மகளைக் கூப்பிட்டாள். உடனே வெளி வந்த மகள் சைக்கிளைத் தாங்கிப் பிடிக்க, துவண்டு சாய்ந்திருந்த கணவனை மெல்ல இறக்கி கைத்தாங்கலாக வீட்டினுள் கூட்டிச் சென்றாள். அதைப் பார்த்தபடி வந்த சௌந்தரபாண்டியன் வீட்டு வாசலில் நின்றான். வெளியே வந்தவள் வாசலில் நிற்பவனை நிமிர்ந்து பார்த்தாள். தெரு விளக்கில் அவள் முகம் பளிச்சென்று தெரிந்தது. வந்த வேலையை மறந்துவிட்டு தாம்பரத்திலிருந்து அவனைக் கட்டி இழுத்து வந்த அழகும் கவர்ச்சியும் எங்கோ மறைந்துவிட்டது போலிருந்தது. தான் கண்டு ரசித்த அத்தனை அழகையும் வியர்வையோடு அழுத்தித் துடைத்துவிட்டு நிற்பவளை சில வினாடிகள் பார்க்கிறான். அவளும் அவனைப் பார்க்கிறாள். ஏதோ கேட்க வேண்டுமென்று தோன்றுகிறது. வார்த்தைகள் வரவில்லை. நிலத்தைப் பார்த்தபடி நடக்கத்தொடங்கினான்.

தாம்பரத்தில் இருந்து தன்னையே பார்த்துக்கொண்டு வந்தவன் எதுவும் பேசாமல் போகிறானே என்ற கேள்வி சுந்தரி மனதில் எழாமலில்லை. தனது கவர்ச்சிக்காக மட்டுமல்லாமல், பொருளாதார வறுமையைத் தங்களுக்குச் சாதகமாக்கி சுற்றிவரும் எத்தனையோ கழுகுகளைப் பார்த்திருக்கிறாள். இன்று நேற்றல்ல பருவமடைந்த பின் ஆண்கள் பலரும் தேனுண்ணும் வண்டாக, அவளைச் சுற்றி வந்த அனுபவம் ஒன்றும் புதிதல்ல. நாற்பது வயதை எட்டியபோதிலும் சுந்தரியின் வாழ்க்கை சற்று வித்தியாசமானதுதான். தனிமைப்படுத்தப்பட்டாள். அழகாகப் பிறந்து விட்டது அவள் குற்றமில்லை. ஆனால் செய்யாத குற்றத்திற்காக இன்றளவும் தண்டனையை அனுபவிக்கிறாள். வசதி வாய்ப்புகளோடு செல்வந்தன் வீட்டு மனைவியாக வாழ்ந்திருந்தால் எல்லாச் சுகபோகங்களையும் அனுபவித்திருப்பாள். நற்குணங்களால் தன் உள்ளத்தைக் கொள்ளைகொண்ட காதலன் கணவனான். அவனோடு மகிழ்ந்தது சில காலந்தான்.

எப்படியாவது போராடி வாழ்க்கையை வெற்றிகொள்ள வேண்டுமென்று உழலுகிறாள். வாசலில் தன்னை நின்று பார்த்து விட்டுச் சென்ற சௌந்தரபாண்டியனை வாசலிலேயே மறந்து விட்டு, கூடத்தில் கோடுமாடாகத் தரையில் கிடக்கும் கணவனைத் தூக்கிப் படுக்கையில் கிடத்த முயன்றாள்.

மெயின் ரோடு சென்ற சௌந்தரபாண்டியன் ஷேர் ஆட்டோவில் கூடுவாஞ்சேரி சென்று பஸ்பிடித்து வீடு போய்ச்சேர ஒன்பது மணி ஆகிவிட்டது. ஹாலிலுள்ள டிவியில் மகன் கிரிக்கெட் மேச் பார்த்துக்கொண்டிருந்தான். நேரே படுக்கையறைக்குச் சென்று கட்டிலில் படுத்தான். இரண்டு நாளாக வேலைக்காரி லீவு போட்டுவிட்டதால் மங்களம் கிச்சனில் வேலை செய்யும் சத்தம் கேட்டது. இப்போது செய்தாலும் காலையில் செய்தாலும் தான்தானே செய்ய வேண்டுமென்று பாத்திரங்களைத் துலக்கிக் கொண்டிருந்தாள். ஒருவழியாக கிச்சன் மேடை உட்பட அழுக்கில்லாமல் துடைத்துவிட்டு வியர்வையைச் சேலை முந்தியால் துடைத்தபடி படுக்கை அறைக்கு வந்தாள். ஹாலில் இருந்து டிவி சத்தம் அதிகமாகக் கேட்டது. கணவன் படுத்திருப்பதைக் கண்ணுற்று,

"ஏங்க... எப்ப வந்தீரு.. உடுப்பக்கூட கழட்டாம படுத்திட்டீர். என்னாச்சு.."

"ஒன்னுமில்ல சும்மாதே படுத்திருக்கே. வா இப்படி உக்காரு..." என்றவன், போக வேண்டிய வேலையை மறந்துவிட்டு கூடுவாஞ்சேரி வரை தான் சென்று வந்த விஷயத்தைச் சொன்னான். கேலி செய்வாளோ என்று அவள் முகத்தைப் பார்த்தான். அவள் சிரிக்கவுமில்லை கண்டிக்கவுமில்லை.

"வெளியில...பையன் காதுல விழுந்துட போவுது..நீங்க செஞ்ச வேலை. சரி வாங்க வந்து சாப்பிடுங்க.." சொல்லியபடி எழுந்து டைனிங் டேபிளுக்குச் சென்றாள்.

●

மௌன சாட்சி

காரில் வந்திறங்கிய நான்கு பேர் சாலை ஓரத்தில் நின்று பேசிக்கொள்கின்றனர். ஏற்கெனவே வந்த மூன்று நான்கு பேர் அளவை டேப்பைப் பிடித்து சாலையின் அகலத்தை அளக் கிறார்கள். அளந்த இடத்தில் அடையாளமாக ஒரு கல்லை நடு கிறார்கள். என்னைத் தாண்டி நீளவாக்கில் அதே போல் அளந்து அடையாளம் செய்யப்படுகிறது. இப்படி வேலை செய்பவர்களின் நோக்கம் என்னவென்று எனக்குப் புரியவில்லை. சற்று நேரத்தில் ஷேர் ஆட்டோவிலிருந்து இறங்கிய நான்கைந்து பேர் நின்று சாலையில் நடக்கும் வேலைகளைப் பார்த்து பேசிக்கொள்வதைக் கேட்டுதான் என் சிற்றறிவிற்குப் புரிந்துகொள்ள முடிந்தது.

"இப்ப இருக்குற ரோடு மாரி இம்மா அகலமா இன்னொரு ரோடு இத ஒட்டுனாப்பல போடப் போறாங்கலாம் மாப்பிள்ளே. காரு, லாரி, பஸ்சு எல்லாம் இன்னும் ஃபிரியா வந்து போவறதுக்கு வேல நடக்குது.."

"ஆமான்டா மாப்பிள்ளே வர்றதுக்கும் போறதுக்கும் தனித்தனி ரோடு போடப் போறாங்க..."

"இனிமே ஆக்ஸிடென்ட் எல்லாம் நடக்காது."

"ஆமாமா... இப்பவே நூறு மையிலு ஸ்பீடுல போறானுங்க. தனித்தனி ரோடு போட்டப்பறம் அவஅவே பறக்கப் போறானுவ பாரு.."

"ரோடு குறுக்க முன்னமாரி ஈஸியா போவ முடியாது. நடுவுல தடுப்பு வைச்சிடுவாங்க."

"அப்பால ரோடு குறுக்க எப்படிப் போவறது."

"ஒரு கிலோ மீட்டரு ரெண்டு கிலோ மீட்டரு தூரத்தில குறுக்க போவ வழியிருக்கும். அந்த வழியாதான் போவனும் வரனும்."

"ங்கோத்தா... என்னடா இது, எச்சில் துப்புர நேரத்துல அந் தாண்ட போவறத வுட்டுட்டு சுத்திகினுதான் போவனுமா"

“ஓ இஷ்டத்துக்கு குறுக்கபோனே வண்டி வர்ர ஸ்பீடுல தட்டித் தூக்கி போட்டுட்டு போயிடுவானுவ. எவ அடிச்சான் எந்த வண்டி அடிச்சிதுன்னுகூடத் தெரியாது. ஜாக்கிறதையா அந்தப் பக்கம், இந்தப்பக்கம் போயிவரத்தான் அப்படி செய்யிறாங்க.”

“ய்யோ... மாமா நீ சொல்றதெல்லாம் சரிதான். ஆனா புதுசா போட்ட பெரிய ரோட்டுல ஆக்ஸிடெண்ட் ஆவாமலா இருக்கு. இந்த ரோட்டுலபோவுற வண்டி நடுவுல நிக்கிற தடுப்பைத் தாண்டி எதிருலே வர்ற வண்டில மோதி எத்தன பேரு சாவுறா தெரியுமா?”

“அதெல்லாம் சரிதான் மச்சான். நடு ரோட்டுல சாவுனுமின்னு விதி யிருந்தா ஆரையும் வுடாது.”

“ரெண்டு ரோடு பெருசா அகலமா போட்டா ரெண்டு அவர்ல போவறதுக்கு பதிலா ஒரு அவர்ல போயிடலாம். அதைப் பாப்பீங் களா... என்னென்னமோ பேசிகினுகீறிங்க.”

“நீ சொல்றது சரிதான். ட்ரங்க் ரோட்டைதான் பாக்கறமே.. ங்கோத்தா தேவடியா பசங்க, அங்கங்க டோல் போட்டு வசூல் பண்ணுறானுவ.”

“ய்யோ.. ஒனக்கு துட்டும் செலவாவ கூடாது. ஆனா சீக்கிரமா போவனும்... அதுவும் குலுங்காம நலுங்காம குண்டி நோவாம போவனும். அது எப்படி?”

“ஏம்பா சொம்மா பேசிக்கினுகீறிங்க. நீயும் நானுமா கார்ல போறோம். சொகுசாப் போறவன் துட்டு குடுத்துட்டு போறான். காலத்துக்கும் நாம பஸ்சில ஏறுனாவே பெரிய விஷயம். அவன் சொன்னாப்பல ரெட்டை ரோடு போட்டா ஜல்தியா போய் வர லாம். எல்லாக் கால மாத்தமும் ஒன்னியும் என்னியும் கேட்டா வருது. நம்ம வயசுலியே எம்மானோ மாறிப் போச்சு. போவலாம் வாங்கப்பா..”

“இந்த மரத்தையெல்லாம் வெட்டனுமின்னு பேசிக்கிறானுங்க.”

“ஆமாமா மரத்தை நடுவுல வைச்சிகினு எப்படி ரெட்டை ரோடு போட முடியும். திருச்சி ரோட்டுல எம்மா எம்மா பெரிய மரத்தையெல்லாம் வெட்டி சாச்சாங்களே நீ பாக்கல.”

என் அருகில் அவ்வளவு நேரம் அவர்கள் பேசியதைக் கேட்ட எனக்கு கடைசியில் போகிற போக்கில் ஒருவன் சொன்ன தைக் கேட்டதும் குலை நடுங்கத் தொடங்கியது. என் கழுத்துக்குக்

கத்தி வந்துவிட்டதென்று உணர்ந்தபோது சிலரைப் போல கண்ணீர்விட்டு அழத் தோன்றவில்லை. என் வாழ்க்கை முடியப்போகிறதோ என்று ஓலமிட்டு ஒப்பாரி வைக்கவும் முடியவில்லை. இது போன்ற ஈவு இரக்கமற்ற வன்முறையை பலமுறை அனுபவித்திருக்கிறேன்.

என்னுடைய நீண்ட நெடிய வாழ்க்கையைத் திரும்பிப் பார்க்கிறேன். ஆச்சி நூறு வருடம் ஓடியிருக்கும். நூறு வருஷமாகி விட்டதென்று ரொம்பப் பெருமைபடக் கூடாது. தம்பட்டம் அடித்துக் கொள்ளவும் கூடாது. காரணம் மனிதர்களில் கூட சிலர் நூறு வயதிற்கு மேல் வாழ்கிறார்களே. நான் நிற்கிறேனே இந்தச் சாலை அப்போது மாட்டு வண்டி செல்லும் பாதையாக இருந்தது. என்னுடைய விதையை எந்தப் புண்ணியவானோ மண்ணில் ஊன்றி முளைக்க வைத்தான். வெள்ளாடு உயரம் தளிர்விட்டு வளர்ந்திருப்பேன். என்னைப் பிடுங்கி, என்னோடு துளிர்விட்ட தோழர்களையும் பிடுங்கி ஒரு கூடையில் எடுத்துச் சென்றார்கள். என்னுடைய ஆணிவேர் காய்ந்து கருகுவதற்குள் இந்த இடத்தில் கொண்டுவந்து குழிபறித்து நட்டார்கள். சமைந்த பெண்களுக்குத் தென்னை ஓலை குச்சி கட்டி மறைப்பதுபோல, காட்டுக் கொடியால் பின்னப்பட்ட கூண்டை எனக்குப் பாதுகாப்பாக நடுவில் நிற்க வைத்தார்கள். அப்போது மழைக்காலம் முடிந்து பனி ஆரம்பித்திருந்தது. பெரியளவில் உஷ்ணம் என்னைத் தாக்கவில்லை. இருந்தாலும் அவ்வப்போது உயிர் தண்ணீர் ஊற்றுவார்கள். மண்ணெண்ணை ட்ரம் மாதிரி சற்றுப் பெரிதாக, ஒற்றை மாட்டு வண்டியில் படுக்கை வாக்கில் தண்ணீர் ட்ரம் வரும். ட்ரம்மிலிருந்து இரும்புக் குடத்தால் தண்ணீர் பிடித்து வந்து கொஞ்சம் ஊற்றுவார்கள். எனக்கு மட்டுமல்ல சாலையில் என்னைப் போல் வரிசையில் நிற்கும் என் சகதோழர்களுக்கும் இப்படித்தான் உயிர் தண்ணீர் ஊற்றினார்கள்.

இந்தத் தண்ணீரால்தான் நாங்கள் பிழைத்தோமென்று நினைத்துக்கொள்வார்கள். மண்ணில் இருக்கும், காற்றிலிருக்கும் ஈரத்தை கொண்டே பாலைவனங்களில்கூட வாழும் வல்லமையை இயற்கை எங்களுக்குத் தந்துள்ளது. ஆனாலும், தண்ணீர் விட்டு எங்களை வளர்த்தவர்களை மறக்கக்கூடாதுதான். வெய்யில் காலம் வந்தது, மழைக் காலமும் பனிக்காலமும் வந்தது, இப்படியே காலம் ஓடிற்று. எனக்குப் பாதுகாப்பாக நின்ற கூண்டு வளையத்தை எட்டித்தொடும் உயரத்திற்கு வளர்ந்துவிட்டேன்.

சிறிய கிளைகள் வளர ஆரம்பித்தன. கூண்டுக்குள் இல்லாத ஒரு ஆனந்தத்தைக் கூண்டைத் தாண்டி வளர்ந்தபோது உணர்ந் தேன். மெல்லிய தென்றல் காற்று என்னைத் தழுவிச் செல்லும் போது இவ்வுலகத்தையே மறந்திருப்பேன். அந்த வயதில் எனக்கு இனிமையை மட்டும் இயற்கை வழங்கவில்லை. புயல், காற்று, கொட்டும் மழையின் சீற்றத்தையும் அவை தரும் இன்னல்களை யும் சேர்த்தே வழங்கிற்று. எல்லாவற்றையும் ஸ்திரமாகத் தாங்கிக் கொண்டு நிற்கும் பலத்தை இன்றளவும் அந்த இயற்கைதான் தருகிறது.

கூண்டைவிட உயரமாகக் கிளைகள் பல விரித்து வளர்ந்து நான் நின்றபோது, வெள்ளாடுகள் சில கூண்டின் மேல் காலைத் தூக்கி வைத்து ஏறி நின்றபடி தளிர் இலைகளைத் தம் சிறிய பற் களால் கடித்து, அதன் உதடுகள் என்னை முத்தமிடுவது போல உண்ணும் சுகத்தில் ஆனந்தமடைவேன். தாய் தன் சேய்க்குப் பாலூட்டும் பேரானந்தத்தைப் போன்றதது. புளிய மரம் என்று நான் அழைக்கப்பட்டேன். வெகு காலம் எனக்குப் பாதுகாப்பாக நின்ற கூண்டு காணாமல்போய்விட்டது. நான் மட்டுமல்ல எனக்கு இணையாகப் பாதை இரு மருங்கிலும் சீரான இடைவெளியில் வரிசைகட்டி என் தோழர்கள் நின்றனர்.

சாலையில் ஒன்றிரண்டு மாட்டு வண்டிகளேச் செல்லும். இடுப்பில் கோவணமும் தலையில் தலைப்பாகையோடு, தோளில் கலப்பையைச் சுமந்தபடி எருதுகளை ஓட்டிச் செல்லும் உழவர்கள் செல்வார்கள். அவர்களுக்குப் பின்னால் சோற்றுக் கூடையைத் தலையிலும், குழந்தையை இடுப்பிலும் சுமந்தபடி பெண்கள் செல்ல, வெள்ளாடுகள் சில அவர்களைப் பின்தொடரும். இவர் களை நான் காலையிலும் மாலைப் பொழுது சாயும்போதுதான் தரிசிக்க முடியும். பகல் பொழுதில் வெப்பம் தாங்காமல் ஆடு மாடுகளும், அவைகளை மேய்க்கும் சிறுவர்களும் என் நிழலில் களைப்பாறுவார்கள்.

கண்களுக்கு எட்டிய தூரம் நிற்கும் மற்ற மரங்களுக்கு இல்லாத சிறப்பு எனக்குண்டு. என் வலப்பக்கம் சாலையில் இருந்து பிரிந்து வண்டிப் பாதை எருக்கம்பட்டுக்குச் செல்கிறது. அதையடுத்துள்ள எளம்பூருக்கும் இதே பாதையில்தான் செல்ல வேண்டும். பாதையின் திருப்பு முனையில் நான் இருப்பதால் எனக்கு 'முடக்கு புளியமரம்' என்று பெயரிட்டு அழைப்பார்கள்.

எளிய மனிதர்களையும் ஏழைகளையும் மட்டுமே தினம்

தினம் காணும் எனக்கு எப்போதாவது வெள்ளை உடுப்பில், தலை யில் தொப்பியும் காலில் கருப்பு பூட்ஸ்சும் அணிந்துகொண்டு வெள்ளைக்கார துரை குதிரையில் செல்ல, பின்னால் மூன்று நான்கு உடுப்பணிந்த காவலர்கள் துப்பாக்கியுடன் போவது மாறு தலாக இருக்கும். குதிரையில் செல்லும் வெள்ளைக்கார துரையை, எதிரில் வரும் உழுகுடி மக்கள் கண்டுவிட்டால், சாலை ஓரத்தில் ஒடுங்கி நின்று கும்பிடுபோடுவார்கள். எனக்குப் பதினைந்து வய திருக்கும், நான் அப்போதெல்லாம் பருவமடைந்து பூ பூத்து, காய்க் கவும் ஆரம்பித்துவிட்டேன்.

சில நாட்களுக்கு முன்பு சாலையோரத்தில் கொட்டப் பட்டிருந்த கருங்கல் ஜல்லியை ஏழுட்டு பேர் அள்ளி வந்து சாலை யில் சமமாகப் பரப்பினர். நான்கைந்து பேர் குவிக்கப்பட்டிருந்த சரளை மண்ணை அள்ளி வந்து ஜல்லியின் மேல் கொட்டினர். இரண்டு பேர் பெரிய கல் உருளையை அதன் மேல் உருட்டிச் சாலையைச் சமப்படுத்தினர். இது நாள்வரை குண்டும் குழியுமாகக் கிடந்த சாலை சமபடுத்தியதால் மாட்டுவண்டிகள் குலுங்காமல் செல்ல முடிந்தன. சாலையின் இரண்டு ஓரங்களில் மழை நீர் வடிந்து செல்ல வாய்க்கால் போலப் பள்ளம் எடுத்தனர். பள்ளம் எடுத்த மண்ணைச் சாலையில் கொட்டிப் பரப்பி உயரமாக்கினர்.

சாலையின் இருபுறம் நிற்கும் எங்களுக்கு பாதிப்பில்லை. குதிரையில் சென்ற வெள்ளைக்காரதுரை, கருங்கல் ஜல்லி சாலை யாக மாறியபின் சாரட்டு வண்டியில் முன்பைவிட வேகமாகச் செல்வதைப் பார்ப்பேன். திடீரென்று ஒருநாள் என் வயிற்றின் மேல்பாகத்தில் ஒரு ஜான் அளவு சதுரமாகப் பட்டையை ஒருவன் வந்து செதுக்கிவிட்டுச் சென்றான். இன்னொரு நாள் பட்டை செதுக்கிய இடத்தில் ஒருவன் கருப்பு பெயிண்ட் அடித்தான். இது போல் எனக்கு மட்டுமல்ல, என் சக தோழர்கள் அனைவருக்கும் செய்தனர். கொஞ்ச நாள் சென்றபின் கருப்பு பெயிண்ட் அடித்த இடத்தில் நம்பர் எழுதிவிட்டுச் சென்றனர். யாருமற்ற அனாதை யாகச் சாலையில் நின்ற எங்களுக்கு எஜமான் வந்துவிட்டார் எனப் புரிந்தது. ஒருவருக்கு உடமையானோம் என்பதில் எங்கள் பாதுகாப்பு உறுதியானது. இதுவரை யார் வேண்டுமானாலும் எங்களை வெட்டிச் சிதைக்கலாம். இனி அதற்கெல்லாம் வாய்ப் பில்லை என்று புரிந்தபோது சிறு மகிழ்ச்சி. அதுமட்டுமல்ல என் கிளைகளில் பழுத்து உதிரும் ஒரு பழத்தைக்கூட யாரும் தொட்டு விட முடியாது.

நான் காய்க்கத் தொடங்கிய பின் பழுத்த பழங்களை ஏழை எளியவர்கள் வெகு காலம் பறித்துச் சென்று பயன்படுத்துவார்கள். அதில் ஒரு மகிழ்ச்சி ஏற்படும். இனிமேல் அது முடியாது என்று சொல்லிக்கொள்கிறார்கள். நான் கேள்விப்பட்டதுபோல ஒரு நாள் சாலையோரம் மக்கள் கூடினர். அழுக்கு மேனியாக கந்தலை உடுத்தித் திரிந்த மக்களைப் பார்த்துப் பார்த்து பழகிப்போன என் கண்களுக்கு வெள்ளை வேட்டி, சட்டையுமாகப் பளபளப்பாக நின்றவர்கள் சற்று வித்தியாசமாகப்பட்டனர். மக்கள் கொஞ்சம் மாறித்தான்விட்டார்கள். ஒரே இடத்தில் நிற்கின்ற நான்தான் சரி யாகக் கவனிக்கவில்லை.

கூடிநின்ற கூட்டத்திலிருந்து குத்தகைக்காரர் தேர்ந்தெடுக் கப்பட்டார். காய்கள் பழுக்கத் தொடங்கிய உடன் குத்தகைக் காரன் காவலுக்கு ஆள் நியமித்துவிடுவான். ஒரு கிலோ மீட்டர் தூரத்திற்கு ஒரு ஆள் என்று பகல் முழுக்க காவல் இருப்பார்கள். சிறுவர்கள் ஆசையாக ஒரு பழத்தை எடுத்துத் திண்ண வழியில் லாமல் போய்விட்டது. சாலையே செல்பவர்கள் குனிந்தால்கூட போச்சு. காவலாளி உரக்க குரல் கொடுத்து அதட்டுவான். இந் தளவு கெடுபிடியான காவல் பகலில் மட்டுந்தான். நான்கைந்து வருடத்திற்கு முன்பு ஒரு நாள் எனக்குப் பக்கத்தில் மூன்றாவது மரத்தின் அடியில் மூன்று பேர் நின்றனர். நடுநிசி நேரம். எங்கோ கோட்டான் சத்தம் கேட்டது. இரண்டுபேர் அந்த மரத்தில் ஏறி கிளையைப் பிடித்துக் குலுக்க ஒருவன் உதிர்ந்த பழங்களை சாக்கு கோணியில் பொறுக்கி நிரப்பினான். மூவருக்கும் தூக்குமளவு நிரப்பிக்கொண்டு கிளம்பிப் போய்விட்டனர். காலையில் குத்த கைக்காரன் வந்து பார்த்துவிட்டு கோபம் தீரும்மட்டும் திட்டித் தீர்த்தான்.

சாரட்டு வண்டியில் வந்துபோன வெள்ளைக்கார துரை, பாம் பாம் என்று சத்தம் இட்டபடி மோட்டார் காரில் வந்தான். கப்பி சாலையிலுள்ள சிறு சிறு குழியில் துரையின் கார் குலுங்கிக் குலுங்கிச் செல்லும். பலத்த இரைச்சலுடன் கரியப் புகையைக் கக்கியபடி பெரிய உருவம் மெல்ல வந்து கொண்டிருந்தது. என் அருகில் நின்றவர்கள் அதைப் பார்த்து லாரி எங்கே இந்தப் பக்கம் வருகிறது எனப் பேசியதைக் கொண்டு, அதுதான் லாரி என்று அறிந்துகொண்டேன். இரண்டு மூன்று நாட்களுக்கு ஒருமுறை லாரி வந்துபோகும். இப்போதெல்லாம் மக்கள் நடமாட்டங்கூட கொஞ்சம் அதிகந்தான். எனக்கு ஒரு முக்கியத்துவம் உண்டு.

எனக்கு வலப்பக்கம் செல்லும் பாதை வழியே எருக்கம்பட்டு, எளம்பூர் செல்வோர் கொஞ்ச நேரம் என் காலடியில் அமர்ந்து களைப்பாறிவிட்டுத்தான் செல்வார்கள். திருமணத்திற்குப் போகிற வர்கள், சாவு கரும காரியங்களுக்குப் போவோர் இங்கே நின்று சற்றுநேரம் பேசிவிட்டுச் செல்வர். வேலைக்குச் செல்பவர்கள் அன்றைய வேலையைப் பற்றி விவாதித்துவிட்டு இங்கிருந்துதான் பிரிந்து செல்வார்கள். பல வஞ்சகர்களின் குரோதத்தையும் அதன் உக்கிரத்தையும் கண்டிருக்கிறேன். ஏமாற்றுக்காரர்களால் பாதிக் கப்பட்ட பல அப்ராணிகளின் கண்ணீரை என் பாதம் தாங்கி யிருக்கிறது. தங்கள் இடர்களை எண்ணித் தவித்து பேதலித்த சிலர் திடீரென்று வழி கண்டுவிட்டதாக எழுந்து செல்வார்கள். என்ன செய்வேன் எங்கே போவேன் என்று புலம்பிப் பிதற்றும் பலருக்கும் என் மடியில் இடமுண்டு. இவர்களைத் தேற்றி தைரி யம் சொல்லுமளவுக்கு எனக்கு சக்தியில்லையே என்று வருந்து வேன். உறவினர்களுக்கு இடையே, நண்பர்களுக்கு இடையே சண்டை எழும். மனிதர்களின் பல வெளிப்பாடுகளைக் கண்டி ருக்கிறேன்.

இங்கிருந்து எருக்கம்பட்டு ஒரு கிலோமீட்டருக்குக் கொஞ் சம் கூடுதலாக இருக்கும். என் உச்சிக்கிளையிலிருந்து பார்த்தால் எருக்கம்பட்டு ஏரிக்கரையில் நிற்கும் அரசமரம் தெரியும். அனேக மாக எருக்கம்பட்டு மக்கள் அனைவரும் எனக்கு நன்றாக அறி முகமானவர்கள்தான். அதைத் தாண்டி இரண்டு கிலோ மீட்டர் தூரத்திலுள்ள எளம்பூர் மக்களும் அன்றாடம் என்னைக் கடந்து தான் போவார்கள் வருவார்கள்.

முன்பு ஒருமுறை சாலையோரத்தில் கருங்கல் ஜல்லியைக் கொட்டிச் சென்றது போல ஐந்து நாட்களுக்கு முன்பு சன்னமான ஜல்லியை லாரியில் கொண்டுவந்து கொட்டிச் சென்றனர். அதைத் தொடர்ந்து தார் டின்களையும் லாரி இறக்கிவிட்டுச் சென்றது. பத்தாண்டுகளுக்கு முன்பு சாலையில் வேலை நடந்தது போல என்னவோ நடக்கப் போவதாக நினைத்தேன். நான் நினைத்தது சரிதான். ஆண்களும் பெண்களும் காலை வேளையிலேயே சாலையில் இறங்கி வேலைசெய்யத் தொடங்கினர். சன்னமான ஜல்லியைச் சாலையில் பரப்ப இருவர் உருகிய தாரை ஊற்றினர். முன்பு மனிதர்கள் உருட்டிச்சென்ற உருளைக்குப் பதிலாக லாரி யைப்போல புகையைக் கக்கியபடி வந்த எஞ்சினில் உள்ள உருளை தார் ஊற்றப்பட்ட ஜல்லி மேல் உருண்டு சமப்படுத்தியது.

ஒரு லாரி செல்லும் அகலத்திற்கு தார் சாலை போட்டாகி விட்டது. முன்னிலும் வாகனங்கள் வேகமாகச் சென்றன. உண் மையில் கருப்பு நிறத்தில் தார்சாலை, இந்தச் சாலைக்கே புதிய அழகைத் தந்தது. மக்கள் பயணிக்கும் பேருந்துகள்கூட ஓடத் துவங்கின. கால்நடையாய்ச் சென்ற மக்களுக்கு பேருந்துப்பயணம் வரப்பிரசாதம். என்ன! காசுபணம் உள்ளவர்கள்தான் பெரும் பாலும் பயணிக்கிறார்கள். ஏழைகளுக்குக் கால்நடைதான் சாசு வதம். அவர்கள் கொஞ்ச நேரமாவது அமர்ந்து களைப்பாறும் இடம் என் மடிதான்.

ஒருநாள் திடீரென்று சாலையெங்கும் ஒரே பரபரப்பு. மக்கள் முகத்தில் சந்தோஷம். போவோரும் வருவோரும் சிரித்துப் பேசியபடி காணப்பட்டனர். நாட்டுக்கு சுதந்திரம் கிடைத்து விட்டதென்று சிலர் மகிழ்ச்சியாக இனிப்பு வழங்கினர். மூவர்ணக் கொடி ஒன்றை என் கிளையில் ஒருவன் கட்டினான். என்னிடம் மனிதர்கள் தங்களுக்கு வேண்டியதை எடுத்துக்கொண்டனரே ஒழிய ஒருநாளும் இதுபோன்ற கொடியைப் பறக்கவிட்டதில்லை. இத்தனை வயதில் எனக்கு அது புதுஅனுபவம். கொடியை கட்டி விட்டுக் கீழே இறங்கி வந்தவன் அதைப் பார்த்து அடைந்த மகிழ்ச் சியில் எனக்கும் பங்கிருப்பதாக உணர்ந்தேன். அந்த மூவர்ணக் கொடியால் எனக்கும் அந்தஸ்து கூடிவிட்டதாக தோன்றியது. என்னைச் சுற்றி வாழும் மக்களுக்கு ஏதோ புதிய மாற்றம் ஏற்பட்ட தாகத் தெரிகிறது.

இத்தனை ஆண்டுகளாக இந்த மண்ணை ஆண்ட வெள் ளைக்காரன் நாட்டைவிட்டுப் போய்விட்டானாம். அதனால்தான் கொஞ்ச நாட்களாக துரையின் காரைக் காணமுடியவில்லை. இப் போது தான் எனக்குக் காரணம் புரிந்தது. இந்தச் சாலை வழியே மோட்டார் காரில் மந்திரிகள் சென்றனர். புதிதாக வந்த மந்திரி கள்தான் நாட்டை ஆளுகிறார்களாம். அதிகாரிகள் அவர்களைப் பின் தொடர்ந்தனர். மக்களைப் பசி பஞ்சத்திலிருந்து காப்பாற்ற மந்திரிமார்கள் இரவு பகல் பார்க்காமல் பறக்கிறார்கள். முன்பை விட மக்களின் நடமாட்டம் அதிகமாகிவிட்டது. சாலையில் வாக னங்களும் பெருகிவிட்டன. வாகனங்களின் போக்கு வரத்துக்கு தக்க தார்சாலை அகலப்படுத்தப்பட்டது. மக்கள் சற்றுசொகுசான வாழ்க்கைக்குத் தாவிவிட்டது போலத் தோன்றியது. நாகரீகம் அவர்கள் அனுமதியின்றியே தன்னாட்சி செய்யத் தொடங்கி விட்டது.

வெய்யிலிலும் குளிரிலும் வயல்களில் வேலை பார்ப்பது மக்களுக்குக் கடினமாகத் தோன்ற ஆரம்பிக்க விவசாயிகளின் எண்ணிக்கை குறைந்துவிட்டது. நாகரீக உடுப்போடு நகரம் நோக்கிக் கைத்தொழில் செய்து பிழைக்கக் கிளம்பிவிட்டனர். ஒரு விஷயத்தைச் சொல்ல மறந்துவிட்டேன். இங்கிருந்து எருக்கம்பட்டு செல்லும் பாதைகூட தார் சாலையாகிவிட்டது. மக்களின் போக்குவரத்து அதிகமாகவே மோட்டார் பைக்கிலும், சைக்கிளிலும் செல்லும் தலைகளைக் காணமுடிகிறது. கால் நடையாகச் செல்வோர் அரிதாகிவிட்டனர். எனக்கு இப்போது கூடுதல் பெருமை வந்து சேர்ந்துவிட்டது. ஆமாம், எருக்கம்பட்டு மற்றும் பக்கத்திலுள்ள ஊர்களிலிருந்து மோட்டார் பைக், சைக்கிளில் வருவோர் என் நிழலில்தான் நிறுத்திவிட்டு பேருந்தில் ஏறி வெளியூருக்கு வேலைக்காகச் செல்கின்றனர்.

எல்லோருக்கும் கல்வி கட்டாயமாக்கப்பட்டது. கல்விவழி உத்தியோகம் சொகுசான வாழ்க்கைக்கு வழி அமைத்தது. காற்றாடிக்கு அடியிலும், குளிர்சாதன அறையிலும் அலுவல் பார்ப்பது சிறந்த வாழ்க்கையென்று எல்லோரும் எண்ணத் தொடங்கினர். எனக்கு இடப்பக்கம் டீக் கடை வந்தது. பின்பு சிற்றுண்டி கடையாக வளர்ந்தது. என்னுடைய பரந்துபட்டு நிற்கும் கிளைகள் கடைக்குக் குடை பிடிக்க, என்னை அண்டி சிற்றுண்டி கடை ஜீவிக்கத் தொடங்கிற்று. எதிர்ப்புறமுள்ள மரத்தினடியில் பெட்டிக்கடை வந்தது. அதையொட்டி சைக்கிள் மெக்கானிக் கடையும் இடம் பெற்றது. சிலநாட்களில் பெட்டிக்கடை விருத்தியாகி மளிகைக் கடையாக உருப்பெற்றது. ஹார்டுவேர் இரும்புக்கடை, எலக்ட்ரிகல் கடையென்று மக்களின் தேவையைக் கருதி திறக்கப்பட்டன. பழக் கடைகள், காய்கறிக் கடைகள்கூட மெல்ல இடம் பிடித்தன. சாலையோரம் சில வீடுகளும் உள்ளன. பகல் முழுக்க சந்தடி நிறைந்த பரபரப்பான இடமாக மாறிவிட்டது. இரவு பத்து மணிக்கு மேல் சற்று அரவம் குறையும். ஆனாலும், இரவு முழுக்கச் சாலையில் செல்லும் பேருந்திலிருந்து யாராவது இறங்கி ஊருக்கு செல்வார்கள். ஆதலால் டீக் கடை சிற்றுண்டிக் கடை எப்போதும் இயங்கும்.

வெகு காலம் இரவில் கும்மிருட்டில் நான் நின்றது போக, இப்போது நிலவொளியை மிஞ்சும் அளவிற்கு, என்னைவிட உயரமான கம்பத்தில் மின்சார விளக்குகள் இந்தப் பகுதியை வெளிச்சமாக்குகின்றன. இரவின் மை இருளில், என் அடர்த்தியான

கிளைகள் இருளை இன்னும் அடர்த்தியாக்கிய காலங்களில் என் அருகே எத்தனையோ நிகழ்வுகள், நெஞ்சைப் பிழியும் நிகழ்வுகள் அரங்கேறின. அதிர்ஷ்டவசமாக எந்த பாவத்திற்கும் நான் ஆளாக வில்லை, இடங்கொடுக்கவில்லை. ஒரு நாள் நடுராத்திரியில் எருக்கம்பட்டு சாலையிலிருந்து பெண் ஒருத்தி வந்தாள். என் கால டியில் அமர்ந்து வெகுநேரம் அழுதாள். மெல்லிய குரலில் தன் குறையை ஒப்பாரி வைத்து அழுதது என் நெஞ்சை உருக்கியது. புருஷன் எங்கிற மூர்க்கன் அவள் நடத்தையில் சந்தேகப்பட்டு எப்போதும் சண்டை போடுவானாம். அன்று வீட்டைவிட்டு அவளை வெளியே தள்ளி கதவைச் சாத்திவிட, எங்கே போவது என்று புரியாமல் வெளியே நடந்தவள் இங்கே வந்திருக்கிறாள்.

வெகு நேரம் அழுது கொண்டிருந்தாள். எனக்கு வேதனை யாக இருந்தது. நானும் ஒரு பெண்தானே. பெண்ணிற்குதானே தெரியும் பெண்ணின் வலியும் வேதனையும். எனக்கு நாவிருந்தால் மகளே என்று ஆரத்தழுவி ஆறுதல் சொல்லி சமாதானப்படுத் தியிருப்பேன். என்ன செய்வது? விடியற்காலை கிழக்கே வெள்ளி முளைத்துவிட்டது. என் காலடியிலிருந்து எழுந்தவள் என்ன நினைத்தாளோ, எனக்கடுத்து மூன்றாவது மரத்தில் ஏறி தூக்கிட் டுக்கொண்டாள். 'அடிப் பாவி மகளே! ஏன்டி உனக்கு இந்த கதி' என்று என் மனம் துடியாய்த் துடித்தது; லேசாகத் துடித்த அவள் கால்கள் அசைவற்று நின்றுவிட்டன. இந்த வேதனைக்கிடையில், நல்லவேளை என் கிளையில் அவள் தொங்கவில்லையே என்கிற சிறு திருப்தி. என் கண்பார்வையில் நிகழ்ந்த முதல் உயிர் பலி இதுதான்.

பொழுது லேசாக விடிய, வழியே சென்றவர்களின் பார் வையில் இந்தக் கோரக் காட்சி தென்பட பதட்டத்தோடு சிறுகச் சிறுகக் கூட்டம் கூடியது. செத்துப்போனவளின் புருஷன் ஓடிவந்து அவளின் கால்களைப் பிடித்துக்கொண்டு கதறினான். கச்சேரியில் இருந்து சிகப்புத் தொப்பியுடன் சேவகர்கள் வந்தார்கள். மரத்தில் தொங்கிய பிணத்தைக் கொண்டு போனார்கள். சூரிய ஒளியில் அவள் முகம் தங்கம்போல மின்னியது. இத்தனை அழகான பெண்ணோடு வாழ அந்தப் பாவிப்பயலுக்குக் கொடுத்து வைக்க வில்லை. இந்நிகழ்விற்குப் பிறகு இரவில் மக்களுக்கு அந்த மரத்தைப் பார்க்கும் போது அச்சமேற்படும். இது நடந்த சில ஆண்டுகளுக்குப் பிறகு, இரவில் ஒருவனைக் கொன்று மாட்டு வண்டியில் கொண்டுவந்து அதே மரத்தில் தொங்கவிட்டுவிட்டுப்

போய்விட்டார்கள். பொழுது விடிந்ததும் ஒரே பரபரப்பு, போலீஸ் வந்தது. பின்னால் வேன் வந்தது. பிணத்தைத் தூக்கிச் சென்றார் கள். மாலை வரை இந்த முக்கட்டில் மூன்று பேர், நான்கு பேர் என்று கூடிக்கூடி ஆவேசமாகப் பேசிக்கொண்டிருந்தனர். இந்தச் சமயங்களில் டீக் கடை, சிற்றுண்டிக் கடையில் நல்ல வியாபாரம் நடக்கும்.

இந்த முக்கட்டுச் சாலை தற்கொலைகளால் மட்டும் பிர பலம் அடையவில்லை, அரசியல் கட்சிகளின் பொதுக் கூட்டங்கள் நடக்கும் இடமாக மாறியதில் இன்னும் முக்கியத்துவம் பெற்றது. சாலையை ஒட்டி மூன்று, நான்கு கட்சிக் கொடிகள் நிற்கின்றன. அண்மையில் ஒரு கட்சித் தலைவரின் சிலையை வைத்தார்கள். அதன் பிறகு ஒவ்வொரு ஆண்டும் குறிப்பிட்ட தினத்தில் சிலை வைத்துள்ள இடம் சுத்தப்படுத்தப்பட்டு கட்சி முக்கியஸ்தர்கள் வந்து சிலைக்கு மாலை அணிவிப்பார்கள். அந்த நாளில் கட்சித் தொண்டர்கள் மிகுந்த உற்சாகத்துடன் காணப்படுவார்கள்.

இரண்டு மூன்று ஆண்டுகளுக்கொருமுறை வந்துபோகும் தேர்தல் சமயத்திலும் இந்த இடம் அல்லகோலப்படும். பின்நாளில் தேர்தல் கூட்டங்கள் நடைபெற்று முடிந்தவுடன், எனக்குப் பின்னாலுள்ள மழைநீர் கால்வாயில் காலி மது பாட்டில்களும், பிரியாணி சாப்பிட்ட பேப்பர்களும் குவிந்து கிடக்கும். கட்சித் தொண்டர்களின் முகத்தில் தென்படும் உற்சாகத்திற்குக் காரணம் அந்தக் குப்பைகளைப் பார்த்துதான் புரிந்துகொண்டேன்.

சில சமயம் பொதுக்கூட்டம் நடைபெறும்போது சலசலப்பு, கைகலப்புகூட ஏற்படும். கட்சிப் பொதுக் கூட்டங்களுக்குக் கூடும் தொண்டர்கள் வெள்ளை சட்டை, வேட்டியுடன் காணப்படுவதைக் கண்டு உடை நாகரிகத்தில் முன்னேறிவிட்டார்கள் என்று நான் நினைத்தால் அது தவறு என்பதுபோலச் சில நிகழ்வுகள் நடக் கும். கூட்டத்திற்கு வந்தவர்களுக்குப் பணப் பட்டுவாட விஷயத் தில் குழப்பமேற்பட்டு கூட்டமாக நின்று சண்டையிடுவார்கள். சற்று நேரத்திற்கு முன்புவரை ஒற்றுமையோடு ஒருவரோடு ஒருவர் கைகோத்துத் தலைவர் வாழ்கவென்று முழக்கமிட்டவர் களுக்கிடையில் பணம் புகுந்து ஒற்றுமையைக் குலைத்துவிடும். ஒருவழியாகக் கலைந்து செல்பவர்கள் விரோதிகள் போல ஒரு வரைஒருவர் கீழ்த்தரமான வார்த்தைகளால் சாடிக்கொள்வார்கள். இப்படிப்பட்ட சச்சரவுகள் கூட்டம் முடிந்தால் நடப்பது வழக்கம். ஒரு கட்சிகளில் மட்டுமல்ல, எல்லாக் கட்சிக் கூட்டங்களிலும் இது

போல் நடப்பது வாடிக்கைதான். இதைக்கூட நான் ஜீரணித்துக் கொள்ள முடியும். ஆனால், இவர்களில் சிலர் படுபாதகச் செயல் களில் ஈடுபட்டார்கள்.

அது தேர்தல் காலம். ஓட்டுக்குப் பணப் பட்டுவாடா முழு வீச்சுடன் நடைபெற்றுக்கொண்டிருந்தது. கட்சி மேலிடத்திலிருந்து கொடுக்கப்பட்ட தொகையில் பாதிக்கு மேல் வட்டத் தலைவர் கையாடிவிட்டதால் அவர் மேல் பலருக்கும் அதிருப்தி ஏற்பட்டது. அனேகமாக ஒவ்வொரு தேர்தலின் போதும் அந்தக் குறிப்பிட்ட தலைவருக்கு அது வாடிக்கையாக இருந்தது. ஒரே கட்சியில் பொறாமைத் தீ கொஞ்சம் பரவத் தொடங்கி, கட்சி மேலிடத்தில் புகார் சென்றும் சரியான நடவடிக்கை எடுக்கவில்லை. இதனால், தொண்டர்கள் சிலர் மாற்றுக் கட்சிக்குத் தாவினர். இந்தப் பிரச்சினையில் ஆதிமுதல் மிகவும் தீவிரம் காட்டித் தொண்டர் களை ஒன்றுதிரட்டித் தனக்கு எதிராகக் கட்சியில் அவப்பெயர் ஏற்படக் காரணமான ஒருவன் மேல் வட்டத் தலைவருக்கு வன் மம் உண்டாயிற்று. வன்மம் பகையாகிக் கொலையில் ஈடுபடும் அளவுக்குத் தீவிரமாயிற்று. அந்தக் குறிப்பிட்ட நாள் இரவு பத்து மணிக்கு மேலிருக்கும், வெளியூருக்குச் சென்றுவிட்டு வீடு திரும் பும் போது, சாலையில் மறைந்திருந்த சிலர் அந்த நபரை வெட் டிக் கொலை செய்துவிட்டுப் பறந்தனர். இங்கிருந்து என் பார்வை யில் படும் தூரத்தில்தான் கொலை நடந்தது. என்றாலும் இரவு நேரமாதலால் அவர்களை அடையாளம் தெரியவில்லை.

பொறாமை, பகையின் காரணமாக ஒரே கட்சியில் நடந்த கொலை இரண்டு மூன்று நாட்களில் ஜாதிக் கொலையாக உரு மாறியது. ஜாதிக் கலவரத்தில் கைகலப்பு ஏற்பட்டு இருதரப்பிலும் பலர் காயமடைந்தனர். எனக்கருகில் ஏராளமான காவல் துறை வீரர்கள் குவிக்கப்பட்டனர். சில நேரம் அவர்களின் துப்பாக்கி என் மேல்தான் சாய்த்து வைக்கப்பட்டிருக்கும். ஒரு கட்டத்தில் காவல் துறை வானத்தை நோக்கித் துப்பாக்கிச் சூடு நடத்திக் கட்டுக்குள் கொண்டுவந்தனர். தடை உத்தரவு பிறப்பிக்கப்பட்டிருந் தது. ஒரு வாரம் காவல் துறையினர் இங்கே முகாமிட்டிருந்தனர். பின்புதான் மெல்ல பழைய நிலைக்குத் திரும்பியது.

எனக்கு எதிரே தெரிகிறதே அது ஒரு குறிப்பிட்ட சாதி சங்கக் கட்டிடம். சிலநேரங்களில் சாதிக் கூட்டம் அதில் நடக்கும். அன்று நூறு பேருக்கு மேல் கூட்டத்திற்கு வந்திருந்தனர். வழக்கம் போலக் கூடும் கூட்டந்தானே என்று அசட்டையாகச் சாலையில்

செல்லும் வாகனங்களை வேடிக்கை பார்த்துக்கொண்டிருந்தேன். சில நேரம் விதவிதமான புதிய கார்கள் என் கவனத்தை ஈர்க்கும். சாதிச் சங்கக் கட்டிடத்திலிருந்து திடீரென்று இரைச்சல் கேட்டது. அதைத் தொடர்ந்து பலர் கூச்சலிட்டவாறு வெளியே வந்தனர். வந்தவர்களின் மேல் காயங்கள், ரத்தம் கசிய இடைவேட்டி நழுவ ஓடிவந்தனர். படுகாயம் அடைந்தவரைத் தூக்கிக்கொண்டு சிலர் வந்தனர். தோளில் சாய்ந்தபடி காயத்தைக் கையால் அழுத்திப் பிடித்துகொண்டு பதட்டத்தோடு சாலையைக் கடக்க முயன்றனர். கையில் அருவாளுடன் சிலர் துரத்தத் தப்பி ஓடினர்.

கூச்சல் கேட்டுக் கடைகளிலிருந்து வெளியே வந்த சிலர் வேடிக்கை பார்த்தனர். காயத்தோடு உயிருக்குப் பயந்து ஓடும் அவர் களைப் பார்த்து எனக்குப் பதைபதைக்கிறது. ஆனால், சாலையில் செல்பவர்கள் தமக்கும் இதற்கும் சம்மந்தமில்லாதவர்கள் போலக் கடந்து சென்றனர். கார், பைக்குகளில் செல்பவர்கள் கூடச் சில வினாடிகள் மெல்லப் பார்த்தபடி நகர்ந்தனர். அரை மணி நேரத் தில் காவல்துறை வந்தது. அவர்கள் தம் கடமையைச் செய்யச் சற்று நேரத்தில் அமைதி நிலவியது.

நான்கு நாட்களுக்குப் பிறகுதான் சங்கக் கட்டிடத்தில் நடந்தது என்னவென்று தெரிய வந்தது. நான் யாரிடம் போய்க் கேட்க முடியும். என் பக்கத்தில் நின்று பேசிக்கொண்டவர்கள் வாயிலாகத்தான் இந்தக் கருமமெல்லாம் என் செவிக்கு எட்டியது. ஒன்றுமில்லை, எளம்பூரில் ஒரு சாதித் தகராறு. இரு சாதிக்குள் பகை நாளாக நாளாகக் கூடிக்கொண்டே போயிற்று. நீங்களா நாங்களா பார்த்துவிடுவோம் என்கிற அளவில் பகையும் வன்ம மும் வளர்ந்துவிட்டது. இரண்டு சாதிகள் என்றாலே ஒன்று மேல் சாதி, இன்னொன்று கீழ்ச் சாதி. அப்படித்தானே இருக்கும். மேல் சாதிக்கென்ற மமதை, ஆணவம் பிரச்சினையை முடிவுக்குக் கொண்டு வராமல் செய்தது. கீழ்ச் சாதிக்காரர்களுக்கு மறக்க முடியாத பயத்தையும் அச்சத்தையும் ஏற்படுத்த வேண்டும். அதே நேரத்தில் தங்கள் தரப்பில் சிறு இழப்புகூட ஏற்படக்கூடாது. இதைக் கருத்தில் கொண்டு வஞ்சக வலை விரித்தனர்.

எனக்கு எதிர்ப்புறமுள்ள சாதிச் சங்கக் கட்டிடத்திற்கு எல்லோரும் அழைக்கப்பட்டனர். இனிமேல் நமக்குள் எந்தத் தகராறும் ஏற்படக்கூடாது; யாரும் யாருக்கும் எந்த இழப்பையும் ஏற்படுத்தக் கூடாதென்று ஒப்பந்தம் எழுதி அதில் இரு சாராரும் கையெழுத்திடுவது என்ற ஏற்பாடு ஏற்றுக்கொள்ளும்படியாக

இருந்தது. நம் பிரச்சினைகள் ஒரு வழியாகத் தீர்ந்தால் போதும் என்று கீழ் சாதியினர் பெரும் நம்பிக்கையோடு கூடினர். ஆனால், மேல் சாதியினர் சிலர் ஆயுதத்தோடு வந்திருந்தனர். ஆயுதத்தை மறைத்தபடி மலர்ந்த முகத்தோடு அமர்ந்திருந்தனர். கூட்டம் அரை மணி நேரம் அமைதியாகச் சென்றுகொண்டிருந்தது. மேல் சாதியன் ஒருவன் எழுந்து வேண்டுமென்றே பழைய நிகழ்வுகளைக் கிளறி பதட்டத்தை ஏற்படுத்தினான். இவர்கள் பேச அவர்கள் பேச விவாதம் உச்சத்தைத் தொட்டபோது மறைத்து வைத்திருந்த கத்தியும் அரிவாளும் வெளியில் தலைகாட்ட 'டேய் நாம மாட்டிக்கிட்டோமடா, எல்லாரும் வெளியில வாங்க' என்று சொல்லும் போது பலருக்கு அரிவாள் வெட்டு விழுந்தது. உயிர் தப்பினால் போதுமென்று வெட்டோடு வெளியே ஓடி வந்தனர்.

காம்பவுண்ட் சுவரேறிக் தப்பிக்க முயன்றவர்கள் காலில் வெட்டினர். இந்த ஈவு இரக்கமற்ற செயலைக் கேட்ட போது மனிதர்கள் மேல் எனக்கு கசப்பு உண்டாயிற்று. காவல் துறை சிலரைக் கைது செய்தார்களாம். பழிக்குப்பழி வாங்க வேண்டுமென்று கத்தி அரிவாளுடன் வெகுநாள் திரிந்தார்கள். இரண்டொரு நிகழ்வும் நடந்ததாகக் கேள்விப்பட்டேன். அடிக்கடி ஏதோ தகாத நிகழ்வுகள் அரங்கேறி இந்த இடம் பதட்டமாகவே காணப்படும்.

ஒரு நாள் இரவு தலைவர் சிலைக்கு ஒருவன் செருப்பு மாலை போட்டுவிட்டு ஓடிவிட்டான். அது பெரிய பிரச்சினையாகி மக்கள் ஒன்றுகூடி சாலை மறியல் செய்தனர். சாலை நெடுகிலும் வாகனங்கள் தேங்கி நின்றன. கூச்சலும் ஆர்பாட்டமும் பொது மக்களைப் பதட்டப்பட வைத்தது. வழக்கம் போல சிறிது நேரத்தில் காவல் துறை வந்தது. ஆர்பாட்டக்காரர்களுடன் காவல் துறை பேச்சு வார்த்தை நடத்தி அமைதியோடு கலைந்து செல்லச் செய்தனர். பத்து நாட்கள் சென்றிருக்கும்; சிலை உருவில் நிற்கும் தலைவர் இரும்புக் கம்பி கூண்டில் சிறைபடுத்தப்பட்டார். இனி மேல் யாரும் செருப்பு மாலை போட முடியாது. சேதப்படுத்தவும் முடியாது. அதைவிட இனிமேல் சிலை சம்மந்தப்பட்ட பிரச்சினை எதுவும் வராது.

தலைவர் சிலைக்குச் செருப்பு மாலை போட்ட இருவரை எனக்கு நன்றாகத் தெரியும். இங்கே கூடிநின்று பேசிக்கொண்டு இருப்பவர்கள்தான், ஆனால் இதை எந்த நீதிமன்றத்தில் சென்று நான் சாட்சி சொல்ல முடியும்? சொன்னால்தான் என் சாட்சி எடுபடுமா? என்ன செய்வது, எல்லா நன்மை தீமைகளையும்

மௌன சாட்சியாய் பார்த்துக் கொண்டிருப்பதுதான் இயற்கை எனக்கு விதித்த விதி.

சாலையை ஒட்டியிருந்த சில விளை நிலங்கள் குடியிருப்பு மனைகளாக மாறி அங்கே பல வீடுகளும் முளைத்துவிட்டன. எனக்கு இடப்பக்கம் கொஞ்சம் தள்ளி அண்மையில் பெரிய ஹோட்டல் திறக்கப்பட்டு, நிறைய வாடிக்கையாளர்கள் காரில் வந்து சாப்பிட்டுச் செல்வார்கள். சிலநேரம் அவர்கள் கார்களை நிறுத்த இடமில்லாமல் போய்விடும். செல்வச் செழிப்போடு நாக ரீகம் கொழித்த இச்செல்வந்தர்கள் எனக்குப் பரிச்சயமில்லாதவர் கள். விலை உயர்ந்த ஆடைகளோடு காணப்படும் அவர்களின் பிள்ளைகள் பேசும் மொழிகூட எனக்குப் புதுமையாக இருக்கும்.

சாலை முக்கட்டாக இருந்த இடம் சிறு ஊர் போல மாறி விட்டது. போகிறபோக்கில் ஒரு காலைத் தூக்கியபடி என் மேல் மூத்திரம் அடித்துச் செல்லும் நாய்களில் இருந்து, அரிப்பு தீர முதுகை என்மேல் தேய்த்துச் செல்லும் ஆடுமாடுகள், கழுதைகள் வரை அவர்களுக்கு நான் பயன்பட்டிருக்கிறேன். ஆயிரமாயிரம் பறவைகள் என் கிளைகளில் கூடுகட்டி முட்டையிட்டு குஞ்சு பொறித்து தம் இனத்தை விருத்தி செய்த வகையில் பறவைகளுக்கு தாயாய்க் காத்து நின்றது மகிழ்வைத் தருகிறது. இவைகளோடு நான் வெட்கப்பட்டு கூச்சத்தோடு சொல்ல வேண்டிய விஷயங் களும் இருக்கின்றன.

நான் நன்றாக வளர்ந்து நாற்புறமும் அகல கிளை பரப்பி என் இடைப்பகுதி மூன்று நான்கு பேர் நின்றாலும் மறைக்குமள விற்குப் பெருத்திருந்த காலத்தில் ஒரு அந்தியில், என்னருகில் ஆணும் பெண்ணும் அமர்ந்து பேசிக்கொண்டிருந்தனர். அதிகம் மக்கள் நடமாட்டமில்லாத காலமது. இருவரும் பேசிக்கொண்ட விஷயம் எனக்குத் தெளிவாகக் கேட்கவில்லை. என்றாலும் இரு வரும் அடிக்கடி கல்மிஷமில்லாமல் சிரித்துக்கொண்டது எனக்குப் பிடித்திருந்தது. கடைகள்கூட ஒன்றுமில்லை. எப்போதாவதுவரும் பஸ்சுக்காக இங்கேதான் காத்திருப்பார்கள். சற்று நேரத்தில் நன் றாக இருட்டிவிட்டது. மாலை வரை ஏர் உழுது களைத்த எருது களை ஒருவன் ஓட்டிவர மூன்றுநான்கு வெள்ளாடுகள் அவனைப் பின்தொடர்ந்தன. தாயிடமிருந்து பின்தங்கிவிட்ட ஒரு குட்டி ஆடு ம்மே.. என்று கத்தியபடி தாயை நோக்கி ஓடிற்று. வெகு தூரத்தில் பெண்கள் சிலர் உரையாடிக் கொண்டு வரும் சத்தம் லேசாகக் கேட்டது.

எனக்கடியில் அமர்ந்து அதுவரை பேசிக்கொண்டிருந்த இரு வரும் முதுகுபக்கம் சென்றனர். அதற்குமேல் என்ன நடந்ததென்று சொல்ல வெட்கமாக இருக்கிறது. பின்நாளில் பல இணைகள் சங்கமித்து சந்தோஷப்பட்ட இடம் இதுவென்று புரிந்துகொண் டேன். உலகிலுள்ள அத்தனை உயிரினங்களும் இணைசேர மறை விடம் தேடுவதில்லை. மனிதர்களுக்கு மட்டுமே மறைவிடம் தேவைப்படுகிறது. என்போன்ற மரங்கள் இத்தேவையைப் பூர்த்தி செய்வதில் மட்டற்ற மகிழ்ச்சி. இயற்கை படைப்பின் நோக்கமே சேர்க்கைதானே.

இத்தனை ஆண்டுகளில் கொட்டும் தொடர் மழையைப் பார்த்திருக்கிறேன். போச்சு வேரோடு சாயப்போகிறோம் என்று அஞ்சுமளவிற்கு வீசிய புயல்காற்றையும் எதிர்கொண்டிருக்கிறேன். இயற்கை சீற்றத்தை ஈடுகொடுத்து நிற்க அந்த இயற்கையே பலத்தைக் கொடுத்திருக்கிறது. மரங்களில் நான் மிகவும் உறுதி என்பதையே வெகு காலத்திற்குப் பின்புதான் அறிந்துகொண்டேன். நான் சிறு செடியாய், என் சமகாலத்தில் வளர்ந்த எந்த மரமும் இன்றில்லை. அவைகள் எப்போதோ மடிந்து போயின. எனக்கு அடுத்து நான்கு மரங்கள் தள்ளி வெற்றிடம் இருப்பதைப் பார்க் கலாம். அந்த இடத்தில் என் காலத்து புளிய மரம் இருந்தது. ஒரு மழைக் கால இடியில் அது பட்டுவிட்டது. பட்டுபோனாலும் கிளைகளையும், அடி பாகத்தையும் அறுத்தெடுக்கப் பெரும் பிரயத் தனப்பட்டார்கள்.

நாங்கள் மற்ற மரத்தை விட உறுதியாகவும் கடினமாகவும் இருப்பதால் எண்ணெய் செக்கு, உரல், உலக்கை, கொட்டாபுளி, மரப்பாச்சி பொம்மைகள் செய்வார்கள். பட்டுப்போன கிளைகள் செங்கல் சூளைக்கும் பயன்படும். அன்றாடம் மக்கள் தம் உண வில் பயன்படுத்தும் புளி மட்டுமின்றி பட்டை, பூ, இலை, பழ ஓடு, கொட்டை, கொட்டையின் ஓடு என்று என்னுடைய அனைத் தும் பயன்படுகின்றன என்பதில் பெருமை. எனது சிறுகிளைகள் கூட மெலிதாக இருந்தாலும் பயன்படுத்தியவர்களுக்குத் தெரியும் அதன் உறுதி. இப்படி எனக்கு நானே தற்பெருமை பேசி என்ன பயன்? என்னை மட்டுமல்ல, வரிசையாக நிற்கும் சக தோழர்களை யும் அடியோடு வெட்டி அப்புறப்படுத்தப் போகிறார்கள் என்று கேள்விப்பட்ட அந்த நாழி முதல் என் பதட்டம் அடங்கவில்லை. எனக்குள் ஏற்பட்ட நடுக்கம் குறையவில்லை. என் ஆயுளில் எந்த சிறு உயிருக்கும் பாதகம் செய்யவில்லை. என்னை அண்டிப்

பிழைத்தவர்கள் ஏராளம். சாலையில் செல்லும் வாகனங்கள் எங்கள்மீது மோதி ஆபத்து ஏற்படக்கூடாதென்று, எங்கள் இடுப்பு பாகத்தைச் சுற்றி கருப்பு வெள்ளை நிறத்தில் பெயிண்ட் அடித்தாலும், இங்குள்ள மரங்களின் மேல் கார், லாரிகள் மோதி விபத்தை ஏற்படுத்திவிடுகின்றன. அதிர்ஷ்டவசமாக என்மீது சிறு விபத்துகூட ஏற்பட்டதில்லை என்று பெருமையாகக் கூறிக்கொள்வேன்.

சாலை நெடுகிலும் பந்தல் போட்டது போல, கோடையில் துளி வெயில் படாமல் இருபுறமும் நாங்கள் கைகோத்து நிற்கும் அழகே அழகுதான். இதைக்கூட யாரும் கருத்தில் கொள்வதாகத் தெரியவில்லை. நான் மட்டுமல்லாமல் எல்லோரும் கூண்டோடு போகப் போகிறோம் என்பதில் ஒரு அற்ப சந்தோஷம் எனக்கு. மனிதர்களின் வாடையில் வளர்ந்த எனக்கு இப்படித்தான் எண்ணத் தோன்றுகிறது.

இந்த மக்களைப் பற்றி அவசியம் சொல்லியாக வேண்டும். என் ஆயுளில் பாதிக் காலம் வெள்ளையன் இந்த மண்ணை ஆண்டான். அப்போதும் சரி, நாம் சுதந்திரம் வாங்கிவிட்டோம் என்று கொண்டாடிய பிறகும் சரி, சில காலம் மக்கள் சூதுவாது இன்றி நேர்மையாக ஒழுக்கமாக வாழ்ந்தார்கள். நாகரீகமும் வசதியும் பெருகப்பெருக பெரும்பாலானோர் நியாய தர்மத்தை மறந்தனர். சத்தியத்தை மறந்தனர். வசதியாக வாழவேண்டும், எதைக் கொடுத்தாவது வசதியாக வாழ வேண்டும் என்கிற மனோபாவம் வளர்ந்துவிட்டது. சுயநலம் என்கிற பெருநோய் பிடித்தது கண்டு நான் கவலையுறுகிறேன்.

மக்கள் மட்டுமல்ல, நாட்டை ஆளும் ஆட்சியர்களுக்கும் இந்த மனப்பான்மைதான். ஆட்சியர்களும் மக்களிலிருந்து சென்றவர்கள்தானே என்று நான் சமாதானம் கொள்ளமுடியவில்லை. முந்தைய தலைமுறைக்கும் இன்றைய தலைமுறைக்கும் உள்ள இடைவெளியில் நேர்மையும் சத்தியமும் மடிந்து வெகு காலமாயிற்று. எதிரிலுள்ள மேடையில் ஒலிப்பெருக்கியில் உரத்தகுரலில் ஒருவரையொருவர் குற்றஞ்சாட்டி குறை கூறுகிறார்களே ஒழிய, நாம் நல்வழியில் நடந்து காட்டுவோமென்று ஒருவரும் சூளுரைப்பதில்லை. அது அவர்ளுக்குத் தேவைப்படவுமில்லை.

சாலையில் அளந்து அடையாளம் செய்தவர்களில் ஒருவர், "சார் இந்த மரத்துல நல்லா யிருக்கிறத பிடுங்கி வேற இடத்துல

நடுங்கன்னு கலெக்டர் சொன்னதா எங்க எஞ்சினியர் சொன் னாரு சார்...” என்று கூறியது என் காதில் விழுந்தது. என்னது... புடுங்கி நடுலாமா, இது புதுசாயில்லே இருக்கு! இம்மா வயசான என்னை புடுங்கி நட்டா வாழ்வேனான்னு தெரியில. சாவதான் போறேன்னு இருந்த என் வவுத்துல பால வாத்தது மாதிரி இருந்தது.

இரண்டு பேர் சென்று எந்தெந்த மரங்களைப் பிடுங்கி நடலாமென்று பார்வையிட்டனர். நான் தப்பித்துவிட்டேன் என்று தெரிந்தது. என்னோடு இதே வரிசையில் ஏழெட்டு மரங் களைப் பிடுங்கி நடலாமென்று குறித்துக்கொண்டார்கள். செத்து பிழைத்தது போலிருந்தது எனக்கு. இரண்டு கை இருந்தால் கை கூப்பித் தொழுதிருப்பேன். இத்தனை வயதிலும் நான் வாலைக் குமரி போல வளமாகக் காணப்பட்டேன். அடியில் போரை விழ வில்லை. வேரின் மேல் பாகத்தில் குண்டு குண்டான முடிச்சுகள் விழவில்லை. வாலிபப் பெண் மாதிரி உருண்டு திரண்டிருந்தேன்.

ஒருவாரம் சென்றிருக்கும். ராட்சசன் மாதிரி பெரியவண்டி வந்து எனக்கு முன் நின்றது. சிறு கை மெஷினோடு ஏறியவன் ஒரு மணி நேரத்தில் இரண்டொரு முக்கியமான கிளைகளை மட்டும் விட்டுவிட்டு என்னை மொட்டையாக்கிவிட்டான். வெட்டுண்டு விழுந்து கிடந்த கிளைகளைப் பார்த்து மனம் துடித்தது. இது நாளும் ரத்தத்தோடு ரத்தமாக, தசையோடு தசையாகப் பிணைந் திருந்த பிணைப்பை இழந்த சோகம் முழுமையாக ஆட்கொண் டது. பொக்ளியன் எனும் ராட்சச வண்டியின் கை என்னைச் சுற்றி பிடிப்பாக இருந்த மண்ணைப் பரித்தது. ஆழமாக ஆவேச மாக பரித்தது. பக்க வேர்களெல்லாம் பிடிப்பிழந்து கலங்கின. என் தலை பாகத்திலும் இடுப்பிலும் தடிமனான இரும்புக்கயிறு கட்டப்பட்டு பொக்ளியன் இயந்திரம் மேலே தூக்க, நான் மெல்ல மெல்ல பூமியிலிருந்து விடுபட்டேன். ஏராளமான பேர் சுற்றி நின்று நான் அந்தரத்தில் தொங்குவதை வியப்போடு வேடிக்கை பார்த்தனர். என்னுடைய ஆணிவேர் இற்றுப்போகாமல் பாது காப்பாகத் தூக்கப்படுவது புதிய அனுபவம்தான். ஊஞ்சல் ஆடு வது போல லேசான ஆட்டம் சுகமாக இருந்தது.

நான் இருந்த இடத்திற்குப் பின்னால் ஏற்கெனவே அகல மாக தோண்டியிருந்த குழியில் கொண்டு போய் இறக்கப்பட்டேன். சரியாக நிலை நிறுத்தப்பட்டு, இன்னொரு இயந்திரம் குழியில் மண்ணைத் தள்ளி மூடிற்று. வேர்கள் முழுவதும் மண்ணில்புதைய

பழைய இடத்தில் முன்பு நின்றது போல நிற்கிறேன். ட்ராக்டர் வண்டியிலுள்ள டேங்கிலிருந்து குழாயின் மூலம் தண்ணீர் ஊற்றப்பட்டது. பிழைப்பேனா என்று தெரியாது. பிழைத்தால் அது மறுபிறவிதான். மானிட இயல்பில் எனக்குப் பல குறைகள் இருந்தாலும் என்னை மறுபடியும் வேறு இடத்தில் வாழவைக்க முயன்றவர்களை வணங்குகிறேன். இந்தக் கருணையும் இரக்கமும் பரஸ்பரம் அனைத்து மக்களிடமும் மலர வேண்டும்.

●

மரக்கால் நெல்

மாசி மாதப் பின்பனிக்காலம். ஏழு மணியாகியும் மெல்லிய புகை போலப் பனிப்பொழிவைக் காணமுடிகிறது. அகலமான வண்டிப் பாதையில் நின்று கிழக்கும் மேற்கும் பார்த்தால் வயல்களில் சம்பா நெல்பயிர் படுகளமாகச் சாய்ந்து கிடப்பதைக் காணலாம். கண்களுக்கெட்டிய தூரம் காலை இளம் மஞ்சள் வெய்யில் வயல் வெளியை அழகூட்டிக்கொண்டிருந்தது. இன்னும் சில தினங்களில் அறுவடைக்குத் தயாராக நிற்கும் இந் நிலங்கள் நந்திமங்கலத்தில் உள்ள பணக்காரர்களுக்குச் சொந்தம். ஒவ்வொருவருக்கும் நான்கைந்து ஏக்கர் நிலமாவது இருக்கும்.

நந்திமங்கலத்தின் பக்கத்து ஊர்களிலிருந்து ஆட்கள் அறு வடைக்கு வந்து குழுமியிருந்தனர். விளைந்த நெல்லை அறுத்து அடித்து தூற்றி கிடைக்கும் மகசூலில் ஒரு கலத்திற்கு இத்தனைப் படி நெல் என்று கூலியாகக் கொடுப்பது வழக்கம். சற்று நேரம் கூலி பற்றிய பேரம் பேசியபின் சோமுப்பிள்ளை நிலத்தை நோக்கி எல்லோரும் வரப்பில் சென்றனர். எல்லோர் கைகளிலும் நீண்டு வளைந்த அரிவாளும் சோற்றுத்தூக்கும் காணப்பட்டன. குளிருக் காக கழுத்துவரை போத்தியிருந்த வேட்டியை இடையில் கீழ் பாய்ச்சி கட்டிக்கொண்டு வேலைக்குத் தயாராயினர். அறுவடை துவக்கம் என்பதால் ஈசானி மூலையில் தேங்காய் பழம் வைத்து பூஜை செய்தார் சோமுப்பிள்ளை. பிள்ளையின் இளைய மகள் யசோதா வயலில் இறங்கி மூன்று பிடி நெல் தாளை அறுத்துத் துவக்கி வைத்தாள். நெல் தாளை அறுத்துத் தூக்கையில் பனி நீர் சொட்டியது. முப்பது பேரும் வயலில் இறங்கி அரிஅரியாகத் தாளை அறுத்து வயலில் கிடத்திச் சென்றனர்.

“நெலம் காச்சலாதாம்பா இருக்கு, தாளைக் கொஞ்சம் கீழ இறக்கி புடிச்சி அறுங்க. வெக்கலுக்கு ஆவும்.” வரப்பில் நின்றபடி சோமுப்பிள்ளை கூலி ஆட்களுக்கு வேண்டுகோள் விடுத்தார்.

இந்தப் பிராந்தியத்தில் சோமு அறுப்புதான் முதல் அறுப்பு. பக்கத்து நிலங்களும் ஒத்த மாதிரி விளைந்திருந்தால் அறுவடை சேர்ந்தார்போல் நடைபெறும். சில வயல்கள் ஒரு

வாரம் சென்று தான் அறுக்கமுடியும். அதனால் வயலுக்கு நடுவில் களம் அமைக்க முடியவில்லை. சோமுப்பிள்ளை நெல்லைஅறுத்து கட்டுகட்டாகக் கட்டிச் சாலையிலுள்ள களத்திற்குதான் கொண்டு சேர்க்க வேண்டும். உச்சிப்பொழுதில் மூன்று ஏக்கர் நிலத்தையும் அறுத்து முடித்துவிட்டார்கள். அறுத்த தாள்களிலுள்ள பனி ஈரம் காயட்டுமென்று சோற்றுத் தூக்கோடு மர நிழலைத் தேடிச் சென் றனர். சோமுப்பிள்ளையின் மோட்டார் கொட்டகையைச் சுற்றி நிற்கும் தேக்கு மரங்கள் தோதாக இருந்தது.

நந்திமங்கலத்திற்குத் தெற்கே அக்கரையிலுள்ள ஊர்கள் எல்லாம் வானம்பார்த்த பொட்டல் காடு. கம்பு வரகுதான் பயிர் செய்வார்கள். முந்திரி, பலா விளைந்தால் கொஞ்சம் பணம்காசு பார்க்கலாம். மற்றபடி நந்திமங்கலம் போன்ற ஊர்களுக்கு வந்து அறுவடைக் காலங்களில் பிழைத்தால்தான் உண்டு. குறைந்தபட் சம் ஒவ்வொருவரும் இரண்டு மூன்று மூட்டை நெல்லாவது கூலி யாகச் சம்பாதித்தால்தான் வருஷத்தில் சில நாட்கள், குறிப்பாக அம்மாவாசை அன்றாவது அரிசிச் சோறு சாப்பிடலாம்.

கூலியாட்கள் மர நிழலில் கும்பலாக உட்கார்ந்து சாப்பிட, மோட்டார் கொட்டகையின் முற்றத்திலுள்ள சிறு திண்ணையில் சோமுப்பிள்ளை, வீட்டு ஆச்சி கொடுத்த எவர்சில்வர் தூக்கைத் திறந்தார். நான்கைந்து இட்லிகள் மோரில் மிதந்தன. இட்லியை மோரில் கரைத்துக் குடித்தார். மாங்கா ஊறுக்காயைத் தொட்டுக் கொண்டு இரண்டு நிமிடத்தில் சில்வர் தூக்கைக் காலிசெய்தார். அவர் சாப்பிடுவதைப் பார்த்த ஒரு கூலியாள்,

"ஏம் பிள்ள நாங்கதான் விதியேன்னு கூழைக் குடிக்கிறோம். ஒங்களுக்கு என்னா தலையெழுத்து மோரு தண்ணியில இட்லிய கரைச்சுக் குடிக்கிறீங்க?"

"அல்லாம் சோறுதாப்பா.. வவுத்த நெரப்பனும் அவ்வளவுதான்.."

"அரிசிச் சோறும் பருப்பு நெய்யுமா சாப்புடுர ஆளாச்சே நீங்க அதான் கேட்டே..."

"அரிசிச் சோறு வெறும் சக்கப்பா; இந்தச் சக்கையத்தான் மூனு வேளையும் சாப்பிடறோம். கூழு, களியில இருக்கிற சத்து இதுல ஏது? இத சாப்புட்டுதா பத்து வருசமா சக்கரைநோய் வந்திருச்சு"

"பிள்ளை... அரிசி சோறு திங்கறதால மட்டும் சக்கரை நோய் வர்ரல. எங்கள மாரி குனிஞ்சி நிமிந்து வேருக்க வெயர்க்க வேல செஞ்சி பாருங்க, சக்கரயாவது மசுராவது அல்லாம் பறந்துடும்."

"ஏன்டா... நான் எள வயிசிலியே குனிஞ்சு நிமிராதவன். இந்த வரப்ப சத்த நேரம் சுத்தி வந்தாலே மூச்சு வாங்குது."

"காசுப் பணம் நெறைய இருக்குறவங்களுக்குத்தான் நோயி அல்லாம் வரும்.."

"ஏய் வாயை வச்சிக்கிட்டு சும்மா இருக்க மாட்டெ.." மெல்ல அதட்டினான் ஒருவன்.

மார்பு, நெற்றி, கை, தோள் என்று மேனி முழுக்கத் திருநீர்ப் பட்டையும், கழுத்தில் ருத்ராட்ச மாலையுமாகக் காட்சியளிக்கும் சோமுப்பிள்ளைக்கு இன்னும் ஒரு வருடமானால் அறுபது வய தாகப் போகிறது. சிறிய தொந்தி வயிறு வயதைச் சற்று கூட்டிக் காட்டும். சைவப் பிள்ளைமார்கள் நிறைந்த நந்திமங்கலத்தில் சோமுப்பிள்ளை கொஞ்சம் வித்தியாசமானவர். ஒருபோதும் உழைப்பாளிகள் வயிற்றில் அடித்ததில்லை. வேலையாட்கள் முகம் கோணாமல் ஊதியத்தைக் கொடுக்கக்கூடியவர். இவருக்கு ஆண் வாரிசு இல்லை. இரண்டு பெண்கள் மட்டும்தான்.

சோமுப்பிள்ளையின் நிலத்தையொட்டி அவரின் சிறிய தகப்பனார் நிலம். அவரின் மகன் தர்மலிங்கம் பிள்ளைதான் நிலம் நீச்சை எல்லாம் கவனித்துக்கொள்வது. தர்மலிங்கம் பிள்ளையின் நிலமும் இன்று அறுவடை துவங்குவதாக இருந்தது. கூலி ஆட்கள் கேட்ட கூலியை அவர் தர மறுத்ததால் சோமுப்பிள்ளை நிலத்தில் அறுவடைக்கு ஒத்துக்கொண்டனர். சிறிய தகப்பனார் மகன் தர்மலிங்கம் பிள்ளைக்கும் சோமுப்பிள்ளைக்கும் சுமுகமான பேச்சு வார்த்தை இல்லை. சிறுசிறு விஷயங்களால் மன வருத்தம் ஏற்படும். இன்று கூட, தர்மலிங்கம் பிள்ளை நிலத்திற்கு வேலை செய்ய வேண்டிய கூலி ஆட்களுக்கு, சோமு சற்று கூலியைக் கூட் டிக் கொடுப்பதாகச் சொன்னதால் அறுவடை அங்கே நடக்கிறது. சோமுவின் குறுக்கீடு இல்லாமலிருந்தால் தர்மலிங்கம் பிள்ளை அறுவடைதான் நடந்துகொண்டிருக்கும். இது போன்ற சூழல்கள் சோமுப் பிள்ளை தர்மலிங்கம் பிள்ளையின் இடையே கசப்பையும் விரோதத்தையும் ஏற்படுத்திவிடும். ஆனால், சோமு இதைப் பற்றி யெல்லாம் கவலைப்படுவதில்லை. வேலையாட்களுக்கு கொஞ்சம் கூட்டி கூலி கொடுப்பதால் பெரிய நஷ்டம் வரப்போவதில்லை என்று நினைப்பவர். அப்படியே செய்யக்கூடியவர்.

வயலில் அரிஅரியாக அறுத்துக் கிடந்த தாள்களைச் சிலர் கட்டாகக் கட்ட, கொஞ்சம் பேர் கட்டுகளைத் தூக்கிச் சென்றனர். அவர்கள் வரிசையாகக் கட்டுகளைச் சுமந்து வரப்பில் செல்வது

பார்க்க அழகாயிருந்தது. சோமுவின் நிலத்தில் கேசவன்தான் பண்ணை வேலை பார்க்கிறான். பதினைந்து வயதிருக்கும்போது தன் தகப்பனோடு இங்கே பண்ணை வேலைக்கு வந்தவன். கேசவனின் உழைப்பிற்கான கூலியை இத்தனை காலம் நெல்லாக வருடாவருடம் அளந்து கொடுத்து வந்தாலும், அவனுடைய நேர்மையான உழைப்பிற்கும் விசுவாசத்திற்கும் சென்றஆண்டு கால் ஏக்கர் நிலம் அவனுக்குச் சொந்தமாக சோமுப்பிள்ளை எழுதிக் கொடுத்தார்.

காட்டையும் மண்ணையும் உடைமைகளாகக் கொண்டு வாழ்ந்த பூர்வீகக் குடிகள் பிற்காலத்தில் நிலமற்றவர்களாக ஆக்கப்பட்டனர். தங்கள் கையையும் காலையும் நம்பியே பின்னாளில் வாழத் தலைப்பட்டனர். கேசவனும் அவன் தகப்பனும், இந்த வரிசையில் வந்தவர்கள்தான். நிலவுடைமைச் சமூகமாக நந்திமங்கலம் சைவப் பிள்ளைமார்களைப் பார்த்தாலும், சோமுப்பிள்ளை போன்ற ஓரிருவர் உழைக்கும் மக்களின் வலியை, வருமையை உணர்ந்தவர்களாயிருந்தனர்.

வயலில் கட்டிச்செல்லும் கட்டுகள் நேரே களத்துமேட்டிற்குச் செல்கிறதா என்று கேசவன் பார்த்துக்கொண்டான். கேசவன் பொண்சாதி சிந்தாமணி மாட்டுச் சாணி கரைத்து தெளித்து களத்து மேட்டை செப்பனிட்டிருந்தாள். களத்திற்கு வந்துகொண்டிருக்கும் கட்டுகளை வசமாக அடுக்கும்படி சோமுப்பிள்ளை சொல்லிக் கொண்டிருந்தார். களத்துமேட்டிற்கு வந்த முதல் நெல் சோமுப்பிள்ளையுடையது. நான்கு மணிக்கெல்லாம் நெல் கட்டுகள் முழுவதும் களத்துக்கு வந்துசேர்ந்துவிட்டன. நாளைக்கு தாளடிக்க வேண்டும். இதுநாள் வரை விளைச்சல் நிலத்தைக் காவல் காக்க வரப்பின் மேல் போட்டு வைத்திருந்த கயிற்றுக் கட்டில், சம்புக் கூடாரம், போர்வை, டார்ச் லைட் சகிதம் கடைசியாக கேசவன் களத்து மேட்டுக்கு வந்து சேர்ந்தான். இனிமேல் வயலில் வேலையில்லை.

எந்தப் பயமும் பதட்டமும் இன்றி சோமுப்பிள்ளை இந்த ஆண்டு அறுவடை செய்துவிட்டார். ஆனால் சென்ற ஆண்டின் நிலையே வேறு. அறுவடை இயக்கப்போராட்டம் நடைபெற்றது. நில உடைமையாளர் அனுமதியின்றி அவர்கள் நிலத்தில் போராட்டக்காரர்கள் இறங்கி அறுவடைசெய்து, தாளடித்து, நெல் தூற்றி தங்களுக்கு வேண்டியதை எடுத்துக்கொண்டு மீதத்தைக் களத்தில் விட்டுச்செல்வதுதான் அறுவடை இயக்கப்போராட்டம் என்பது.

களத்துமேட்டிலும் வயலிலும் காவல் துறை காவல் புரிந்ததால் சென்ற ஆண்டு அறுவடை செய்ய முடிந்தது. நில உச்சவரம்பிற் காகப் போராடிய போராளிகள் உழுபவனுக்கே நிலம் சொந்தம் எனும் கொள்கையைக் கையிலெடுத்தனர். இந்த போராட்டங் களில் கலந்துகொள்பவர்கள் நந்திமங்கலம், அதன் சுற்றுப்பட்டு கிராமத்திலும் உள்ளனர்.

இப்போராட்டங்களைத் தலைமையேற்று நடத்துவது இடதுசாரி தோழர் நல்லமுத்துநாயுடு. பல தொழிலாளர் போராட் டங்களில் தலைமை ஏற்றுக் கைதாகி சிறைச் சென்றவர். சென்ற வருட அறுவடை இயக்கப் போராட்டத்திற்கும் தலைமை தாங்கி யவர் இவர். கணிசமான எண்ணிக்கையில் உள்ளூர் இளைஞர் களும் கலந்துகொண்டனர். நிலத்தில் இறங்கிப் போராளிகள் அறுவடை செய்துகொண்டிருக்கும் போது அவர்களைத் தடுக்க இயலாத நில உரிமையாளர்கள் காவல்துறைக்குப் புகார் செய்தனர். அதன் பேரில் காவல்துறை வந்து கைது செய்தது. வழக்கும் பதிவு செய்தனர். நல்லமுத்து நாயுடுவும் கைதானார். இடதுசாரி பொது வுடைமை தத்துவங்கள் நீதிமன்றத்தில் எடுபடவில்லை. போரா ளிகள் மூன்று மாதங்கள் சிறை தண்டனை பெற்றனர்.

நிலவுடைமைச் சமூகம் அதிகமுள்ள நந்திமங்கலத்தில் நல்ல முத்து நாயுடு சிம்மசொப்பனமாக உலவி வந்தார். எல்லோரும் பரம்பரை பணக்காரர்கள். உழைப்பவர் உதிரத்தை உறிஞ்சி வரு டாவருடம் தங்கள் செல்வத்தைப் பெருக்கியவர்கள் மத்தியில் நல்ல முத்து நாயுடு பெருந்தலைவர்தான். சூரிய உதயத்திலிருந்து மறையும் வரை உழைப்பவர்களின் உழைப்பிற்குரிய கூலியைப் போராடித் தான் பெற முடிந்தது. போராளி இளைஞர்களில் பெரும்பாலும் கொள்கைப் பிடிப்போடு நேர்மையாகச் செயல்பட்டாலும் சில சுயநலமிகளும் இருந்தனர். உழைக்க விருப்பமில்லாதவர்களுக்கு, முதுகு வளையாதவர்களுக்குப் பொதுவுடைமை சித்தாந்தம் மிகவும் பிடித்திருந்தது. செல்வந்தரிடம் அடித்துப் பிடித்து வாங்குவதில் தவறில்லை, அது எளிதானது என்கிற போக்கு விரிவானபோது திருடினால்தான் என்ன, இருப்பவனிடமிருந்து இல்லாதவன் எடுப் பது எப்படித் திருட்டு ஆகுமென்று அவர்களே அதற்கு நியாயம் கற்பித்துக்கொண்டனர். இளமை முறுக்கும் வேகமும் அவர்கள் எண்ணத்தை கூர்தீட்ட உதவிற்று. இப்படிப்பட்டவர்கள் தம் இயக்கத்தில் இருப்பதை இனங்கண்டு கண்டிக்கவும் செய்வார் நல்லமுத்து நாயுடு. இவர்களால் இயக்கத்தின் கொள்கைகளுக்கு

பங்கம் ஏற்படுமென்று எச்சரிக்கையாகவும் இருந்தார்.

அன்று சோமவாரம் என்பதால் சோமசுந்தரம் பிள்ளை களத்து மேட்டிலிருந்து வீட்டிற்குச் சீக்கிரம் திரும்பிவிட்டார். குளித்துவிட்டு சிவன் கோவிலுக்குப் போக வேண்டும். அரைமணி நேரமாவது சிவன் சன்னதியில் நின்று சிவபுராணம் பாடுவார். இந்தப் பழக்கத்தை அவர் மட்டுமல்ல ஊரிலுள்ள சைவ வேளாளர் பெரும்பாலானோர் கடைப்பிடிக்கும் பழக்கம். பொழுது இறங்கச் சற்று நேரத்திற்கு முன்பு கேசவன் தன் உடம்பிலிருந்த தூசி, சுனை போக ஏரியில் குளித்துவிட்டு வந்தான். அதுவரை களத்து மேட்டிலிருந்த சிந்தாமணி, கேசவன் வந்தவுடன் வீட்டிற்குக் கிளம்பினாள்.

"குளிச்சிட்டு வூட்டுக்கு போயே புள்ள.. இம்மா சொனையோட ஏம் போறே.."

"குளிச்சிட்டு போவ வேண்டியதுதான்; போனவுடனே மாமியாரு வடிச்சி வச்சிருக்கிற சோத்த தின்னுட்டு அக்கடான்னு படுக்கலாம் பாரு.."

அலுப்புடன் கணவனுக்குப் பதிலுரைத்தபடி சிந்தாமணி வீட்டிற்குச்சென்றாள். அவள் சொன்னதில் தவறில்லை. தாய்க்காரி வீட்டிலிருக்கும் பிள்ளைகளையும் வீட்டையும் பார்த்துக்கொண்டு உதவியாக இருக்கலாம். மருமகளுக்கு நான் ஏன் ஆக்கிப் போட வேண்டுமென்று கேசவன் தாய் தனியாகப் பொங்கிச் சாப்பிட்டு வருகிறாள். இனிமேல் வீட்டிற்குப் போய்தான் உப்பு இருக்கிறதா மிளகாய் இருக்கிறதா என்று பார்த்து சோறு பொங்கி பிள்ளைகளுக்குப் போடவேண்டும். பிள்ளைகளுக்கு மதியவேளை சோறு பள்ளிக் கூடத்தில் போடுவதால் கொஞ்சம் ஆறுதல்.

சிந்தாமணி வீடு சேருவதற்குள் நன்றாக இருட்டிவிட்டது. மாரியம்மன் கோயிலின்முன்பு விளையாடும் சிறுவர்களின் சத்தம் வெகுதூரம் கேட்டது. தெருக்கள் சிமெண்ட் சாலை ஆனதால் தெருவாசிகளுக்குப் பல வசதிகள் உண்டாயின. சமையல் செய்த சட்டி பானைகள், பாத்திரங்களை அங்கே வைத்துதான் துலக்குவார்கள். துணிமணிகளுக்கு சோப்பு போட்டு துவைப்பதும் ரோட்டில்தான். செல்லாயி புருஷனுக்கு வெந்நீர் ஊற்றி குளிப்பாட்டி முதுகு தேய்த்துக்கொண்டிருந்தாள். ஒரு வீட்டிற்கு முன்பு எரியும் அடுப்பிலிருந்து கருவாட்டுக் குழம்பு வாசம் தெருவைத் தூக்கிற்று. இடுப்பிலிருந்த வெட்டிக் கூடையைப் பொத்தென்று

போட்டுவிட்டுக் குடிசைக்குள் நுழைந்த சிந்தாமணி வாசல் நிலையில் மோதிக்கொண்டாள். "கவருமெண்ட் குடுத்த வூட்ட ஆத்தாளுக்குக் குடுத்துட்டு இந்த மாளியில என்ன கொணாந்து குந்த வைச்சிட்டான் பாவி மனுச.." புருஷனைத் திட்டியபடி இடித்தயிடத்தில் தேய்த்துக்கொண்டே உள்ளே நுழைந்தாள்.

கலைஞர் வழங்கிய இலவச வண்ணத் தொலைக்காட்சிப் பெட்டியில் விளம்பரம் முடிந்து செய்திகள் வாசிக்கத்தொடங்கவே அதுவரை டிவியைப் பார்த்துக்கொண்டிருந்த மூத்த மகன் உள்ளே நுழைந்த அம்மாவை நிமிர்ந்து பார்த்தான்.

"ஸ்கூல்ல இருந்து வந்தா பொஸ்த்தகத்த எடுத்து வைச்சு படிக் கிற பழக்கமே யில்ல. டிவி பாத்துட்டிருந்தா பொழப்பு வெளங்கி புடும். டிவிதான் நாளிக்கு சோறு போட போவுது."

"கொஞ்ச நேரமாதா பாத்துட்டு இருந்தேம்மா.."

"நாலு எழுத்து படிச்சாதான் நல்ல நெலைக்கு வர்ரலாம். இல்லேன்னா ஒப்பன், பாட்டன் மாரி காலத்துக்கும் பண்ணை அடிச்சிட்டுதான் கெடக்கனும்.."

"நான் படிக்கதான் போறே.."

"சின்னவன் எங்கட?"

"வெளையாட போனவ இன்னும் வர்ரல.."

"அது வருட்டும் இன்னிக்கி, சூடு போட்டாதான் அடங்கும். ஸ்கூல்ல இருந்து வர வேண்டியது, வெளையாட வேண்டியது, திங்க வேண்டியது, தூங்க வேண்டியது, ஒருநாளாவது ஒக்காந்து படிக்குதா பாரு. இன்னிக்கு வருட்டும் சூடு வைக்காம வுடரு தில்ல.."

திட்டியவாறு அடுப்படிக்குச் சென்றவள் சட்டென்று வெளியே வந்து பக்கத்திலுள்ள சந்தில் நுழைந்து அவசரமாகப் புடவையை மழித்தபடி உட்காரப்போனவள் தோட்டத்திலிருந்து யாரோ போ வதைக் கண்டுவிட்டு அதட்டிவாறு எழுந்து பார்த்தாள். கையில் சுரைக்காயுடன் ஒருத்தி ஓட முயன்றாள்.

"ஏய் நில்லு யாருடி அவ, கையில கெடச்ச ஓ மசுர அறுக்காம வுடமாட்டே.. நில்லுடி.."

எட்டி ஓடிப்போய் அவளைப் பிடித்துவிட்டாள். பக்கத்து தெரு கொளஞ்சி கையும் களவுமாக மாட்டிக்கொண்டாள்.

"நாந்தா விருந்து வந்திருக்கு, வூட்டுல காய் ஒன்னுமில்ல அதா.."

"ஏன்டி...நாயே எங்கிட்ட கேட்டா குடுத்திருக்க மாட்டே, திருட வந்துட்டா.. சீ.. போ.."

கையிலிருந்த சுரையைக் கீழே வைத்துவிட்டு நகர முயன்றாள்.

"அதை எடுத்துட்டுப் போடி...போயி ஆக்கிப் போடு போ.."

"அக்கா.. நா ஒரு நாளும் திருடுனதில்லே.."

"பஞ்சத்துக்குத் திருடுன மூஞ்சையும் பரம்பரையா திருடுற மூஞ்சையும் பாத்தா தெரியாது..சரி சரி போ.."

அவளை அனுப்பிவிட்டு சந்துக்கு வந்த வேலையை முடித்து விட்டு வாசலுக்கு வந்தாள். சின்ன மகன் மூச்சிறைக்க ஓடி வந்து நுழைய, பின்னால் துரத்தி வந்தவன்,

"டேய் ஒக்காள ஓழி... நாளைக்கு எங்கையில மாட்டுவே, அப்ப வச்சிக்கிறே வாடா.." இதைப் பார்த்துவிட்ட சிந்தாமணி,

"ஏன்டா ஒன்ன அவ தொரத்திட்டு வந்தா. நல்ல பசங்களோட வெளையாடாத. அது வாய பாத்தியா இந்த வயசுல என்ன பேச்சு பேசுது. அதுகூட என்னா கூட்டுவாசி ஒனக்கு.."

"அவ எதுக்கெடுத்தாலும் அடிக்க வர்ரா, வைய்யிராம்மா.."

"அதா கேக்கறே.. அதுகூட ஏன் சேர்ரற.. வூட்டுல கால மடக்கி சும்மா ஒக்காந்தா தானே. ஸ்கூல்ல இருந்து வந்தா தெருவுல ஒரே ஆட்டந்தான். போபோ போயி மூஞ்சி கைக் கால கழுவு. கொல்லன் பட்டறையில வேலை செஞ்சவன் மாரி உடம்பு பூரா ஒரே புழுதி. போயி கழுவிட்டு வா.."

அடுப்பில் உலைக்குத் தண்ணீர் வைத்துவிட்டு, குளிப்பதற்கும் இன்னொரு பானையில் தண்ணீர் நிறைத்து பக்கத்து அடுப்பில் வைத்தாள். காய் கூடையில் காய்ந்த கத்தரிக்காய் கொஞ்சம் இருந்தது. வெங்காயத்தையும் கத்தரிக்காயையும் வெட்டி வைத்து விட்டு துவரம் அரிசி இருக்கிறதா என்று பானைக்குள் கையை விட்டுப் பார்த்தாள். நல்லவேளை ஒரு ஆழாக்கு பருப்பு இருந்தது. கொஞ்சம் புளியை ஊற வைத்துவிட்டு, சுடு தண்ணீர் பானையைத் தாழ்வாரத்துக்கு எடுத்துப் போய் வைத்துவிட்டு குளிப்பதற்கு ஆயத்தமானாள். இடையில் கட்டியிருந்த புடவையை அவிழ்த்து வைத்தவள் ஒரு வட்டு துணியை மார்புமட்டும் கட்டியபடி, அடுப் படிக்கு வந்து குழம்பு சட்டியில் பருப்பு வேகட்டுமென்று அடுப்பில்

வைத்துவிட்டு பெரிய மகனைக் கூப்பிட்டுச் சொன்னாள்,

"ஏய் பெரியவனே..வெறவ தள்ளிவுட்டு அடுப்ப பாத்துக்க.."

உடம்பு வலிக்கு வெந்நீர் சுகமாயிருந்தது. ஒரு வருடமாகத் தான் வாசனை சோப்பு போட்டுக் குளிக்கிறாள். வீட்டுப் பெண்கள் சோப்பு போட்டுக் குளித்தால் நம்ம சாதிக்கு ஆகாதென்று பெருசுகள் சொன்னதைக் கேட்டு கேசவனும் அப்படியே சொன்னான். தன் வயசுப் பெண்கள் சிலர் சோப்பு குளிப்பதைச் சுட்டிக்காட்டி தான் இவளும் குளிக்கத் தொடங்கினாள். குளித்து, துணி மாற்றிக் கொண்டு அடுப்பில் குழம்பு கூட்டி வைத்து கொதிக்கும்போது, அண்ணி என்று வாசலில் குரல் கேட்டது. எட்டிப் பார்த்தாள்.

"அண்ணி..கறி கொடுத்துட்டு வர்ர சொல்லிச்சி அப்புச்சி.."

"ஐயோ கறியா... என்னால முடியாதுடியம்மா.. இனிமே போயி முளகாய் கறி சாமான் அரைச்சி என்னால முடியாதுடி. பொழுதனிக்கும் களத்து மேட்டுல வேலை செஞ்சி இடுப்பு புட்டுக்கிட்டு போவுது. ஏதுடி கறி. இந்நேரமா கொண்டாறே.."

"மேலத் தெருவுல கன்னுகுட்டி செத்து போச்சாம். பொழுதோட தான் தூக்கியாந்தாங்க.."

"சரி..ஆருக்காவது கொண்டிபோயி குடு. காட்டுலே கெடக்குற மனுஷனுக்குச் செஞ்சுகுடுத்தா நல்லாதாயிருக்கும். இப்ப முடியாது சாமி என்னால.."

அடுப்பில் கத்தரிக்காய் குழம்பு மணத்தது. வீடு குப்பையாகக் காணப்படவே பெருக்க துடைப்பத்தை எடுத்தாள். பையன்கள் இருவரும் கோடுமாடாகத் தரையில் தூங்கிப் போனார்கள். அவர்களை எழுப்பிவிட்டு பெருக்கிச் சுத்தப்படுத்தினாள். சின்னவன் சுவரில் சாய்ந்தபடி தூங்கி வழிந்தான். பிள்ளைகள் சாப்பிட்டு முடித்து அவள் சாப்பிடும்போது, ராமனின் மகள் ஓடிவந்து "மாமாவுக்கு சோறு போட்டுக் குடு அத்தை" என்றாள். ராமன், கேசவனுக்கு மைத்துனன் முறை. அவனும் சோமுப்பிள்ளை களத்து மேட்டுக் காவலுக்குச் செல்கிறான். புருஷனுக்கு அலுமினியத் தூக்கில் சோற்றையும் குழம்பையும் கலந்து கொடுத்தனுப்பினாள்.

சாப்பிட்டுமுடித்து சோற்றுப் பானையில் தண்ணீர் ஊற்றி மூடியபின் அடுப்பில் எரிந்த விறகை இழுத்துத் தண்ணீர் தெளித்து அணைத்துவிட்டு வந்தாள். ஆறு மாதத்திற்கு முன் மாரியம்மன் கோயிலுக்குப் பக்கத்துத் தெருவில் ஒருவீடு தீப்பிடிக்க வரிசையாக

நான்கைந்து வீடுகள் எரிந்து சாம்பலாயின. அதுமுதல் அடுப்படியில் எப்போதும் லேசான பதட்டத்துடனே வேலை செய்வாள். பிள்ளை கொடுத்த நிலத்தில் மகசூல் செலவு போகக் கொஞ்சம் பணமிருந்தது. அத்தோடு இந்த வருட மகசூலில் கிடைக்கும் பணத்தைக் கொண்டு எப்படியாவது இந்தக் கூரையை எடுத்துவிட்டு சிமெண்ட் ஓடாவது போட்டுவிட்டால் போதும். நெருப்பு பயமில்லாமல் இருப்பேன் என்று அவ்வப்போது புருஷனிடம் நச்சரித்து வருகிறாள்.

பனிச் சாரல் மறைவிற்காக சம்புக் கூடாரத்தைக் கட்டிலின் இருபுறமும் கேசவன் நிறுத்தி வைத்தான். பனி மட்டுமல்ல பெரும் மழை வந்தால்கூடத் தாங்கக் கூடியது சம்புக் கூடாரம். ஒன்பது மணி வாக்கில் ராமன் சாப்பாட்டுத் தூக்குடன் களத்து மேட்டிற்கு வந்தான். இன்னும் ஒருவாரம் சென்றால் சாலை நெடுகிலும் களங்கள் பெருகிவிடும். ஒவ்வொரு களத்திலும் காவல் இருப்பார்கள். இரவில் காவலிருப்போர் எல்லாம் ஒன்றுகூடி கதைகள் பேச ஆரம்பித்தால் நேரம் போவதே தெரியாது. களத்து மேடு அந்த இரவிலும் கலகலப்பாக இருக்கும். அவர்கள் இந்நேரம் ராமனையும் நிறுத்தி வைத்துப் பேசிக்கொண்டிருப்பார்கள். இன்னும் அறுவடை முழுமையாகத் துவங்கவில்லையாதலால் ராமனோடு பேச ஆளில்லாமல் அவனும் சீக்கிரம் களத்து மேட்டிற்கு வந்து சேர்ந்துவிட்டான். பண்ணையாட்கள் தங்களுக்குள் பேசுவதற்கு அன்றாடம் செய்திகளுமிருக்கும்.

கேசவன் தூக்கு மூடியைத் திறக்கும்போது ஒன்பது மணி சங்கு ஊதிற்று. உள்ளூரில் உள்ளவர்களுக்கு இந்தச் சங்கு பயன் அளிக்கிறதோ இல்லையோ, ஊரைச்சுற்றி இரண்டு கிலோ மீட்டர் வளைவில் வயலில் வேலை செய்வோர்களுக்கு மிகவும் பயனுள்ளதாக இருக்கும். காலை ஐந்து மணி, எட்டு மணி, பகல் ஒரு மணி, மாலை ஐந்து மணி, இரவு ஒன்பது மணி என்று எல்லோருக்கும் பயன்படும்படி சங்குஊதும் நேரத்தைத் தேர்வு செய்துள்ளனர்.

தாள் கட்டுகள் அடுக்கியுள்ள இடத்திற்குத் தென்பக்கம் ராமனும், வடபக்கம் கேசவனும் காவலுக்குப் படுத்துக்கொண்டனர். சத்தம் போடாமல் ஒரு கட்டை எவனாவது தூக்கிக்கொண்டு போனால் ஒரு கலம் நெல்லாவது தேரும். அதனால், தூங்கிவிடாமல் விழிப்போடு காவல் காக்கும்படி சோமுப்பிள்ளை சொல்லிவிட்டுப் போயிருந்தார். கேசவன் சுருட்டு பிடிக்கும் பழக்கமுள்ளவன். இரண்டு மணிநேரத்திற்கு ஒரு சுருட்டு வேண்டும். ஆனால்

ராமனுக்கு வெற்றிலை புகையிலை இருந்தால் போதும். முன்னி ரவில் ராமனைச் சற்று நேரம் தூங்கச் சொன்னான்.

இரவு முதல்காட்சி திரைப்படம் பார்த்துவிட்டு வீடு திரும் பும் பக்கத்து ஊர்க்காரர்கள் சிலர் பேசியபடி களத்தைக் கடந்து சென்றனர். கேசவன் டார்ச் லைட் அடித்துப் பார்த்து எந்த ஊர் என விசாரித்தான்.

"ஆரு கேசவனா நாதாய்யா..., சோமுப் பிள்ளை நெல்லுதான் மொதல்ல அறுத்து களத்துக்கு வந்திருக்கு போலிருக்கு.."

"ஓ.. நீங்களா சாமி.." புரிந்துகொண்டு கேசவன் பதிலளித்தான்.

அவர்களைத் தொடர்ந்து இரண்டு மூன்று பெண்கள் படத்தில் விஜயகாந்தின் நடிப்பைப் பாராட்டிப் பேசியவாறு சென்றனர்.

பக்கத்து கிராமவாசிகளில் பலர் இந்த நிலங்களில் வந்து வேலை செய்பவர்கள்தான். யார் யார் நிலம் எதுவென்று விவர மெல்லாம் அவர்களுக்கு அத்துப்படி. பத்துமணிக்குத் தூங்க ஆரம் பித்த ராமனின் குரட்டை ஒலி நன்றாகக் கேட்டது. இரவு இரண் டாவது காட்சி பார்த்துவிட்டு இரண்டொருவர் வந்தனர். கேச வனை அறிந்தவர்கள் விசாரித்துவிட்டுக் கடந்து சென்றனர். ஒவ் வொரு ஆண்டும் களத்துமேட்டைப் பெரிதாக்க சாலை ஓரமுள்ள ஏரியின் உள்வாயைக் கொஞ்சம்கொஞ்சமாகத் தூர்த்துக்கொண்டு வந்துவிட்டார்கள். சாலையில் செல்லும் வாகனங்களுக்கு இடை யூறு இல்லாமல் களம் விரிவாக்கப்பட்டு வந்தது.

காலையில் கூலியாட்கள் வந்து சேரும்போது சோமுபிள் ளையும் வந்துவிட்டார். பத்துமணி வாக்கில் பிள்ளையின் இரண் டாவது மருமகன் சம்பந்தம் மோட்டார் பைக்கில் வந்திருந்தார். நான்கு பேர் நெல் கட்டிலிருந்து தாளை அரிஅரியாக எடுத்துக் கொடுக்க, நான்கைந்து பேர் அதை வாங்கித் தாளடிக்க, அடித்த தாளை கொஞ்சம் பேர் அள்ளிச் சென்று போராக்கினர். அரி அரியாக எடுத்துக் கொடுக்கும் தாளை ஒரு முழுமுள்ள கயிற்றால் வளைத்து வாங்கி, தரையிலோ அல்லது மண்ணெண்ணெய் ட்ரம் மேலோ ஓங்கிஓங்கி இரண்டு மூன்று முறை அடிக்கவேண்டும். களத்துமேட்டில் இப்படித் தாள் அடிப்பதும், அடித்த நெல்லை முறத்தால் அள்ளித் தூற்றுவதிலும் ஒரு அழகைக் காணலாம். அடித்த தாளில் ஏழெட்டு கற்றை தாளைக் கட்டித் தனியாக வைக் கச் சொன்னார் சோமுப் பிள்ளை. கயிறு திரிக்க எப்போதாவது இந்த தாள்கள் தேவைபடும். ஏன், இறந்தவர்களுக்கு மூங்கில்

பாடை கட்ட இந்தப் கயிறுதான் பயன்படும். மாட்டுக்கொட்டகை, குடிசைகள் கட்டவும் பழுதைக்கயிறு பெரிதும் பயன்படுவதால் மறக்காமல் சோமுப்பிள்ளை தாளைக் கட்டி எடுத்து வைக்கச் சொன்னார்.

தூசி கண்களில் விழாமலிருக்க சோமு தள்ளிச் சென்று கயிற்றுக் கட்டிலில் உட்கார்ந்தார். மாமனாருக்கு முன்பு உட்கார்ந் தால் மரியாதையாக இருக்காதென்று சம்பந்தம் அங்கே இங்கே என்று நின்று வேலையைப் பார்த்துக்கொண்டிருந்தார். சோமுப் பிள்ளைக்கு எப்படி இரண்டு மகளும் தங்கக் கட்டிகளோ அது போல் மருமகன்களும் தங்கமோ தங்கம். பெரிய மருமகன் சுந்த ரேசம் பிள்ளை எஞ்சீனியர், பம்பாயில் எல்.அன்.டி கம்பெனியில் நல்ல பதவியிலிருக்கிறார். திருமணமாகி வெகு நாட்கள் பெரிய மகளுக்குக் குழந்தை இல்லை. பத்து வருடங்கள் கழித்து பெண் குழந்தை பிறந்தது. எல்லோருக்கும் பெரும் மகிழ்ச்சி. இரண்டா வது குழந்தையில்லை. ஆனால், இளையமகளுக்கு இரண்டு பெண் கள். மருமகன் சம்பந்தம் பக்கத்து ஊர் என்பதால் மாமனார் வீட்டோடு இருந்துகொண்டு ஹைஸ்கூல் வாத்தியாராக வேலை பார்க்கிறார்.

சோமு, மருமகனை வீட்டிற்குச் சாப்பிடப் போகச்சொல்லி யும், களத்து மேட்டிலிருந்தார். வீட்டு வேலைக்காரன், இருவருக் கும் எவர்சில்வர் அடுக்கு கேரியரில் சாப்பாடு கொண்டுவந்துவிட் டான். ஒரு மணிக்கெல்லாம் முக்கால்பங்கு கட்டுகளும் அடித்தாகி விட்டது. மதிய சாப்பாட்டுக்கு எல்லோரும் கலைந்தனர். சோமுப் பிள்ளையும், மருமகன் சம்பந்தமும் சாப்பிடுவதற்கு மோட்டார் கொட்டகைக்குச் சென்றனர். சாப்பாட்டு கேரியர் கொண்டுவந்த வேலையாள் ஓடிப்போய் வாழை இலை அறுத்துவந்து, இருவரும் சாப்பிட உதவி செய்தான்.

பெரும்பாலும் நிலவுடைமை சமூகத்தார்கள் களத்தில் நெல் அடித்தால், அடித்த நெல்லை அளந்து மூட்டையாகக் கட்டி அடுக்கும் வரை களத்தைவிட்டு நகரமாட்டார்கள். ஆனால், சோமு அப்படிப்பட்டவரல்ல. கேசவன் மேல் அவருக்கு அபார நம்பிக்கை உண்டு. பொழுது மேற்கே சாயும்போது நெல் முழுக்க அடித்தாயிற்று. நான்கு பேர் தெற்கு வடக்குமாக நின்று வாட்ட புலி பிடித்துத் தூற்றத் துவங்கினர். கீழைக் காற்று லேசாக வீசினா லும் அவ்வப்போது நெல் மேல் கிடக்கும் தூசியை முறத்தால் வீசினர். சிறிது நேரத்தில் காற்று சாதகமாக வீசவே தூற்றுவதில்

வேகம் காட்டினர். சிறு தூசி துரும்பு இல்லாமல் நன்றாகத் தூற்றி ஒரு ஆள் உயரத்திற்கு நீள வாக்கில் நெல் குவிக்கப்பட்டது. மாலை மஞ்சள் ஒளியில் நெல் மணிகள் தங்கம் போல் மின்னின. சோமசுந்தரம் பிள்ளை அருகில் சென்று இரு கையாலும் நெல்லை அள்ளி உற்றுப் பார்த்தார்.

“புள்ளே.. ஒங்க மனசு மாரியே நல்லா வெளஞ்சு மகசூல் ஆயிருக்கு. நெல்ல பாருங்க.. அப்டியே கண்ணுல ஒத்திக்கலாம். ஒங்க வெளைச்சதான் இந்த காட்டுக்கே நம்பர் ஒன்னு போங்க.. பவுனு மாரி இருக்கு பாருங்க..” வயதில் மூத்த கூலியாள் பாராட்டினான்.

வேலையாட்களுக்குக் கூலிபடி அளந்தாகவேண்டும். வழக்கம்போல கேசவன் ஓடிப்போய் மாட்டுச்சாணியை எடுத்து வந்து பிள்ளையார் பிடித்து அதன் மேல் அருகம்பில் சொருகி கிழக்கு பார்த்து வைத்தான். பிள்ளை தன் கையால் முதன்முதலில் லாபம் என்று சொல்லி பறையால் அளந்து ஒரு கோணிசாக்கில் கட்டிய பின் கேசவன், வேலையாட்கள் ஒவ்வொருவருக்கும் கூலி அளந்து போட்டான். வழக்கமாக இந்நேரம் உள்ளூர் நெல் வியாபாரிகள் சாக்கு கட்டோடு களத்துமேட்டில் வந்து காத்துக்கொண்டிருப்பார்கள், இன்னும் வரவில்லை. மூட்டை ஏற்றிச் செல்லும் லாரியில் கோணி சாக்கு இருப்பதால் லாரிக்காக எல்லோரும் காத்திருந்தனர். பொழுது இருட்டும் நேரத்தில் சைக்கிளில் பரபரப்பாக வந்தவன், லாரி நாளை காலையில்தான் வருமெனும் செய்திச் சொன்னான். அதைக் கேட்டதும்,

“அட ஈஸ்வரா...” என்று கட்டிலில் சென்று உட்கார்ந்தார்.

“கோணிசாக்கு வந்தாவது நெல்ல மூட்டை கட்டி போட்டிருக்கலாம் கேசவா..”

“லாரி வராம மூட்டையா கட்டிப் போட்டுட்டு காவ காக்க வாணாம் சாமி, எவனாவது மூட்டைய தூக்கி தலையில வைச்சிட்டு போயிடுவானுவோ,”

“சரிடா நெல்ல கூட்டி குமி..”

அவர் சொன்னதைப் புரிந்து கொண்டவன் கூட்டி குவித்த பின், சாணிப்பால் கரைக்கும்படி மனைவி சிந்தாமணியிடம் சொன்னான். தண்ணீர் வைத்திருக்கும் அலுமினியப் பாத்திரத்தில் சாணிப்பால் கொண்டு வந்தாள். அடையாளத்திற்காகக் குவித்த

நெல்மேல் சாணிப்பால் தெளிக்கப்பட்டது. கையெழுத்து மறைந்து முகம் தெரியவில்லை. இது போன்ற அனுபவம் பிள்ளைக்கு முன் எப்போதும் நேர்ந்ததில்லை. கடவுள் மேல் பாரத்தைப் போட்டு விட்டு வீட்டிற்குக் கிளம்பினார்.

"கேசவா, ராமங்கிட்டே பெட்ரோமாஸ் லைட் கொடுத்தனுப்பு றேன். இன்னிக்கு ஒரு ராத்திரி கண்ண மூடாம பாத்துக்குங்க.."

மலை போலக் குவிக்கப்பட்டிருந்த நெல்லைச் சாலையில் செல்பவர்கள் பார்த்தபடி சென்றனர். எட்டரை மணிக்கெல்லாம் ராமன் பெட்ரோமாஸ் லைட், பிள்ளை வீட்டு பெரிய சில்வர் தூக் கில் இட்லி, சாம்பார், சட்னி எல்லாம் கொண்டுவந்தான். சாலை யிலுள்ள ட்ரான்ஸ்பார்மர் கம்பத்தில் எறிந்த மின்சார விளக்கு வெளிச்சம் களத்துக்குக் கொஞ்சம் பயன்பட்டது. இருவரும் சாப் பிட்டனர். "புள்ள வூட்டு சட்னி, சாம்பாருக்கு இருக்கிற வாசம், நம்ம பொண்டுவளுக்கு எங்க வருது.." மகிழ்ச்சியோடு சுவைத்துச் சாப்பிட்டனர்.

கேசவன் கட்டிலில் சற்று கால்நீட்டிப் படுத்தான். சம்பு கூடாரம் கட்டில் முழுக்க மறைந்திருந்தது. கால் பக்கம் கூடாரத்தி லுள்ள திறப்பைக் கோணி சாக்கு கட்டி பனிச் சாரலுக்கு மறைவு செய்யவேண்டும். முன்னிரவில் பனியின் குளிர் அவ்வளவு இருக் காது. நடுநிசிக்கு மேல் பனி இறங்கத் துவங்கும். அத்தோடு இழை யாகக் காற்று வீச ஆரம்பித்துவிட்டால் கேட்கவே வேண்டாம். கொசு காதில் ரீங்காரமிட்டது. வைக்கோல், காய்ந்த இலை சறுகு களை கூட்டித் தீயிட்டு மூட்டம்போட்டான் ராமன். புகைவாடை யில் கொசுவின் ஆட்டம் கொஞ்சம் அடங்கும்.

"ஆரு நெல்லுங்க.." சாலையில் சென்றவரில் ஒருவர் கேட்டார்.

"நீங்க ஆருங்க.." பதிலுக்குக் கேசவன் கேட்க,

"ஆரு கேசவன் அண்ணனா.."

"மருதூர் ஆளுங்களா. எங்க இந்நேரம் டவுனுக்குப் போறீங்க.."

"மோசட்டையில ஒரு கல்யாணம், விடிகால முகூர்த்தம் அதுக் குப் போறோம்.." பதில் சொல்லியபடிச் சென்றனர்.

ராமன் போட்ட தீமூட்டத்தால் கொசு சற்று குறைந்திருந் தது. கேசவனுக்கு நேர் எதிர்புறம் தரையில் வைக்கோலைப்பரப்பி அதன் மேல் கோணி சாக்கை விரித்து உட்கார்ந்திருந்தான்.

சாப்பிட்ட வாய் நமச்சலெடுக்க வெற்றிலை பாக்கைப்போட்டு மென்று சற்றுநேரத்தில் துப்பிவிட்டு புகையிலை கொஞ்சமெடுத்து ஒருபக்க வாயில் அடக்கிக்கொண்டான்.

நன்றாக விளைந்து அறுவடைக்குப் பதமாக நெல் வயலில் சாய்ந்து கிடக்கும்போது திருடர்கள் நிலத்தில் இறங்கி அரவமில் லாமல் நெல்லைக் கசக்கி எடுத்துச் சென்றுவிடுவார்கள். கோணி சாக்கு அல்லது வேட்டி துணியைக் கீழே பரப்பி இரு கைகளாலும் சேர்த்து நெல் மணியைக் கசக்கி, தூக்குமளவிற்கு எடுத்துக் கொண்டு ஓடிவிடுவார்கள். நெல் கசக்குவதே ஒரு கலைதான். விளைந்து கிடக்கும் நிலத்தில் சிறிதளவு திருட்டு போனாலும் திருட்டு திருட்டுதானே. நிலத்துக்காரர்கள் அதைப் பார்த்துவிட்டு பதறிப் போவார்கள். பொருள் நஷ்டம்கூடப் பெரிய விஷயமல்ல. உளவியல் ரீதியாகப் பெரிய கேடு நிகழ்ந்துவிட்டதாகவும் கெட்ட சகுனமாகவும் எண்ணி அஞ்சுவார்கள். அறுவடைக்குப் பத்து நாட்களுக்கு முன்பே காவலிருப்பது தவிர்க்க முடியாததாயிற்று.

“கேசவ அண்ணே ஒங்க புள்ளைக்கு இந்த வருசம் நல்ல வெள்ளாமை போலிருக்கு..” தலையில் முண்டாசு, போர்வையை இழுத்துப் போர்த்தியபடி ஒரு கையில் டார்ச்சு லைட்டும் இன் னொரு கையில் தடியுடனும் வந்த சின்னராசு கேட்டான். கேட்டு விட்டு கேசவனோடு கட்டிலின் ஒரு பக்கம் உட்கார்ந்தான். போத் தியிருந்த போர்வையை விலக்கிவிட்டு சட்டைப் பையிலிருந்து ஒரு பீடியை எடுத்து வாயில் வைத்தபடி தீப்பெட்டியைத் திறந்தான். ஒரு தீக்குச்சி கூட இல்லை. கேசவனிடம் தீப்பெட்டி வாங்கி பீடி யைப் பற்ற வைத்து வேகமாக இழுத்துப் புகையை வெளியே விட் டான். ஏழெட்டு தீக்குச்சி வாங்கி காலியாக இருந்த பெட்டியில் போட்டுக்கொண்டான். சற்று நேரம் பேசியிருந்துவிட்டுக் கிளம்பும் போது இரண்டு பேர் வந்தனர். சின்னராசு போல வயலில் காவ லுக்குச் செல்பவர்கள், தங்கள் அறுவடை பற்றி பேசியிருந்துவிட்டு சென்றனர். இரவில் பக்கத்துபக்கத்து நிலக்காவல்காரர்களை உரக் கக் குரல் கொடுத்துக் கூப்பிட்டு காவலை உஷார்படுத்திக்கொள் வார்கள்.

இரவு பன்னிரண்டு மணியிருக்கும். லேசாகப் பனிக்குளிர் உரைக்க ஆரம்பித்தது. எழுந்து ராமன் பக்கம் வந்துநின்ற கேசவன் சுருட்டைப் பற்றவைத்து புகையை அனுபவித்து இழுத்து விட் டான். ராமன் ஒன்றுவிட்ட மைத்துனன். கொஞ்ச நேரம் வீட்டுப் பிரச்சினை பற்றிப் பேசினான். இந்த வருடம் எப்படியாவது

வீட்டுக் கூரையைப் பிரித்துவிட்டு ஓடு போட்டுவிட வேண்டு மென்று சொல்லிக்கொண்டிருந்தான். ராமனுக்கு இந்தப் பிரச் சினை இல்லை. அரசு கட்டிக் கொடுத்த வீட்டில் வசிக்கிறான். சோமுப்பிள்ளை கொடுத்த நிலத்தில் நல்ல மகசூல் கிடைக்கு மென்று சொல்லிக் கேசவன் எண்ணத்திற்கு வலு சேர்த்தான்.

சோமுப்பிள்ளை அளித்த நிலம் இவனுக்காக மட்டுமல்ல, நாற்பது ஆண்டுகளுக்கு மேல் பண்ணையில் கேசவன் தகப்பன் வேலை பார்த்தவன். தகப்பன் மட்டுமல்ல பாட்டனும் இதே பண் ணையில் பரம்பரை பரம்பரையாக உழைத்தார்கள். உழுபவனுக்கே நிலம் சொந்தம் என்கிற கோஷம் சோமுப்பிள்ளை காலத்தில்தான் ஒலித்தது. அவர்களுக்குக் கொஞ்சம் நிலம் கொடுத்தால் என்ன என்று சோமுப்பிள்ளைதான் ஊரில் முதன்முதலில் பேச்செடுத்தார். பெரும்பான்மை வேளாளர்கள் இவர் கருத்தை எதிர்த்தாலும், பொதுவுடைமைக் கருத்தாக்கம் கொண்ட சிலர் ஆதரவு தெரி வித்தனர். எதிர்ப்பு சொன்னவர்கள் சோமுப்பிள்ளைக்கு ஒரு நிபந்தனை வைத்தார்கள். நம் இனத்தார்கள் நிலத்திற்கிடையே நிலம் கொடுக்கக் கூடாது. வேறு எங்காவது நாயுடு, முதலியார், கோனார்கள் இருக்கும் நிலத்தில் வாங்கிக் கொடுக்கும்படி சொன் னார்கள். அது போலவே கால் ஏக்கர் நிலம் வாங்கி கேசவன் பெயருக்குப் பதிவு செய்து கொடுத்தார். தட்டுங்கள் திறக்கப்படும், கேளுங்கள் கொடுக்கப்படும் என்பது போல அவ்வளவு எளிதாக வழங்கிவிடவில்லை. ஆனாலும் தன் மூதாதையருக்குக் கிடைக் காத மண் தனக்குக் கிடைத்த வகையில் இந்த வினாடி வரை பிள்ளைக்கு விசுவாசமாகத்தான் இருந்து வருகிறான்.

நேரம் நடுச் சாமத்தைக் கடந்திருக்கும். சற்றுத் தொலைவில் சாலையில் பேச்சுக்குரல் கேட்டது. இரண்டாவது காட்சி திரைப் படம் பார்த்துவிட்டு வீட்டுக்குத் திரும்பிக்கொண்டிருந்தனர். லேசாகத் தொண்டையை இருமி தன் இருப்பைக் காட்டிக்கொண் டான் கேசவன். இவர்களைப் போல் திரைப்படம் பார்த்து விட்டு திரும்பும் இருவர் சின்ன வாய்க்காலைத் தாண்டி சிறுநீர் கழித்து விட்டு, கரையிலுள்ள சிமெண்ட்மேடையில் உட்கார்ந்தனர். இடுப் பிலிருந்து சாராயப் பாட்டிலை எடுத்துச் சற்று நேரத்தில் குடித்து காலி செய்தனர். மயக்கத்தில் அப்படியே சாய்ந்து படுத்தனர். போதையில் பனிக் குளிர் உரைக்கவில்லை. இரவு இரண்டரை மணி இருக்கும் போது ஓரளவு உணர்வு திரும்பியது. களத்து மேட்டில் மலை போல் குவிக்கப்பட்ட சோமுப்பிள்ளையின் நெல் மின்னல் போல நினைவில் வந்து நின்றது.

இந்துசெல்லா ● 57

"ஏன் மச்சா, சோமுப்பிள்ளை நெல்ல ஒரு லாரியில ஏத்தலாம் இல்ல.."

"ஆமாமா நெல்லு வெளையறவனுக்குதான் நல்லா வெளையிது. பணக்கார பணக்காரனா ஆயிட்டு இருக்கான்.."

"நீ சொல்றது கரெக்ட். பணக்கார பணக்காரனா ஆவுறா ஏழை ஏழையா ஆயிட்டு இருக்கா.."

"என்னா பண்ணுறது நம்ம தல விதி.."

"மச்சா, போவும்போது ஆளுக்கு அரை மூட்டை அள்ளிட்டுப் போயிடலாமா?"

"காவல் இருக்கானுவோ கண்ணுல மாட்டுனோம் கட்டி வைச்சி உறிச்சிடுவானுவோ.."

"நீ பேசாம வா. நாம இன்னிக்கு நெல்ல அள்ளிட்டுப் போறோம் ஆமாம்.."

சற்று நேரம் கழித்து எழுந்தார்கள். தங்கள் திட்டத்தை நிறைவேற்றத் திடமாக நடந்தனர். களத்து மேட்டை நெருங்கும் போது காலடி ஓசை கேட்காமல் நடந்தனர். இருவரும் பக்கத்து ஊரான மில்லூரைச் சேர்ந்தவர்கள். ஒருவன் பெயர் கலியன். இன்னொருவன் பெயர் செல்லன். இருவரும் சென்ற ஆண்டு அறுவடை இயக்கப் போராட்டத்தில் கலந்துகொண்டு சிறை சென்றவர்கள். பரம்பரைப் பணக்காரர்களைக் கண்டால் இவர்களுக்கு எரிமலை போலக் கோபம் பொங்கும். தாம் திருடிச் செல்லும் அரை மூட்டை நெல்லால் சோமுப்பிள்ளைக்குப் பெரிய நஷ்டம் ஏற்படப் போவதில்லை என்று தனக்குள் நியாயம் கற்பித்துக் கொண்டனர்.

ராமன் போர்வை மேல் கோணிசாக்கை இழுத்துப் போர்த்தியபடி சுருண்டுப் படுத்திருந்தான். சற்றுநேரத்திற்கு முன்பு எழுந்து போய் சிறுநீர் கழித்துவிட்டுப் படுத்த கேசவனுக்கு உறக்கம் எப்படி வந்ததோ, குறட்டை சத்தம் லேசாகக் கேட்டது. நெல் மேட்டின் மேல் விரித்திருந்த இரண்டு சாக்குப் பையை எடுத்து மெல்ல மெல்ல நெல்லைச் சேர்த்து தூக்குமளவுக்கு நிரப்பிக்கொண்டு அரவமில்லாமல் நழுவினர். கேசவனின் குறட்டைச் சத்தம் சற்று உரக்கக்கேட்டது. மூட்டையைச் சுமந்தபடி சாலையில் நடக்கத் துவங்கியவர்கள், யார் கண்ணிலாவது பட்டால் தெரிந்துவிடுமென்று பக்கத்திலுள்ள வயல் வரப்பில் இறங்கி நடந்தனர். வீடு

போய்ச் சேர முக்கால் கிலோமீட்டர் நடக்க வேண்டும். இருவரும் சேர்ந்து நடக்காமல், ஒருவர் பின்தங்கிச் செல்ல, ஒருவன் வேகமாக நடந்தான். திருட்டுபயமும் மூட்டைபளுவும் சேர்ந்து வியர்க்கச் செய்தது. ஊர் எல்லையிலுள்ள வீட்டிலிருந்து கோழிக்கூவும் சத்தம் கேட்டது. இருவரும் தம் பாதையில் பிரிந்து சென்றனர். கலியனுக்கு வரப்புவழியே சென்றுதான் வீட்டை அடையமுடியும். செருப்பு வார் அறுந்துவிட்டதென்று வெறுங்காலோடு கலியன் நடந்தான். வரப்பில் வளர்ந்து நிற்கும் புற்கள் பனி நீரால் நடக்கும் போது வழுக்கியது.

மேடுபள்ளம் தெரியவில்லை என்றாலும் காலைத் திடமாக எடுத்து வைத்துநடந்தான். இடதுகாலை எடுத்து வைக்கும்போது கட்டுவிரியன் பாம்பு கலியன் காலைச் சுருட்டி வளைத்துக் கடித்து விட்டது. கடித்த பாம்பைக் காலால் எட்டி உதறிவிட்டு வேகமாக நடந்தான். இருட்டில் கடித்த பாம்பு எதுவென்று தெரியவில்லை. பதட்டத்தோடு விரைவாக நடந்தான். கோதை என்று மனைவியை உரக்கக் கூப்பிட்டபடி குடிசைக்குள் நுழைந்தான். கூடத்தைத் தாண்டி குளிருக்கு இதமாக அடுப்படிக்குப் பக்கத்தில் பிள்ளையும் மனைவியும் படுத்திருந்தனர். கணவனின் உரத்த குரலைக் கேட்டு வாரிச் சுருட்டி எழுந்தாள். தூக்கி வந்த நெல் மூட்டையைக் கூடத்தின் மூலையில் பொத்தென்று போட்டுவிட்டு பாம்பு கடித்துவிட்டது எனக் கோதையிடம் பயத்தோடு சொன்னான். கடித்த இடத்தில் ரத்தம் லேசாகக் கசிந்தது. ஐய்யோ அம்மா... எம் புருஷனைப் பாம்பு கடிச்சிட்டுது ஓடியாங்க.. என்று கத்தி பக்கத்தில் உள்ளவர்களைக் கூப்பிட்டாள். வேகமாகச் சிலர் ஓடி வந்தனர். வயதில் மூத்த ஒருவன்,

"எந்தக் கடின்னாலும் பரவாயில்லே.. கடிச்ச இடத்துக்கு மேல கவுத்தால இருக்கிக் கட்டு போடுங்கம்மா..டேய் தம்பி சூரிக் கத்திய ஓடி எடுத்துட்டு வாடா..சீக்கிரம் ஓடு.."

கடித்த இடத்தில் கிழித்து ரத்தத்தை வெளியேற்றி முதலு தவி செய்தனர். வைத்தியரைக் கூப்பிட ஒருவன் ஓடினான். வைத்தியர் தன்னுடைய மகள் ஊருக்குப் போயிருப்பதாக ஓடிய வேகத்தில் திரும்பி வந்து சொன்னான். கலியனை உட்காரச் சொல்லுங்க, படுக்க வேண்டாமென்று எச்சரித்தனர். வைத்தியர் வந்து கடிக்கு மருந்து கொடுத்தால் பயப்படத் தேவையில்லை என்று எண்ணியவர்களின் முகம் வெளிரிப் போய்விட்டது.

கலியனின் தாய், மனைவி மக்கள் எல்லோரும் அழுதுகொண் டிருந்தனர். கூடியிருந்தோர் சொன்ன தைரியமும் சமாதானமும் தோற்றுவிட்டது. இலவச மின்சார இணைப்பை வீடுகளுக்குக் கொடுத்தும், ஏதோ கோளாறு காரணமாகக் குடிசை இருட்டில் மூழ்க, மண்ணெண்ணெய் திரி விளக்கில், சாய்ந்து உட்கார்ந்திருந்த கலியன், முடியாமல் சரிந்து சுருண்டு கிடந்தது தெரிந்தது. அவன் சுவாசம் மெல்ல மெல்ல அடங்க ஐந்து மணிக்கெல்லாம் மூச்சு நின்றுவிட்டது. விடியல் பொழுதில் எல்லோரின் அழுகுரலும் வெகு தூரம் கேட்டது. பக்கத்துத் தெருவாசிகள் ஓடி வந்தனர். செய்தி கேட்டுக் கலியனோடு நெல் திருடி வந்த செல்லனும் ஓடி வந்து பார்த்துத் துடித்தான்.

இறந்து போன கலியனைத் தூக்கிவந்து ஒரு மரப்பெஞ்சில் கிடத்தினர். கால்கட்டு தலைகட்டு என்று எல்லாம் கட்டினர். பங் காளிகள் வந்துதான் இழவுக்கு வழிவிட்டாக வேண்டும். கலியனின் அண்ணன் உள்ளூரில் இருந்தாலும் வெளியூரிலுள்ள தம்பி வந் தாக வேண்டும். பைக்கிள் சென்று தம்பியை அழைத்துவந்தனர். வெற்றிலை பாக்கில் தேங்காய் உடைத்து வைத்து, தலைமாட்டில் மரக்காலில் நெல் நிரப்பி அதன்மேல் லட்சுமி விளக்கேற்றி வைக்க வேண்டும். தேவையான சாமான்களை எடுத்துக்கொடுக்கும் நிலை யில் கோதை இல்லை. பக்கத்து வீட்டு இரும்பு மரக்கால் வந்தது. நெல் தேடினர். கூடத்தில் சாக்கு மூட்டையில் நெல் இருப்பதை ஒருத்தி சுட்டிக்காட்ட, அந்த நெல்லை எடுத்து மரக்காலில் நிரப்பி அதன் மேல் விளக்கேற்றி வைத்தனர். நன்றாக இருந்தவன் போயி விட்டானே என்கிற சோகம் எங்கும் காணப்பட்டது. வாசலில் நெருப்பு அனலில் மேளத்தை சூடு காட்டியவர்கள் வேகமாக பறையைத் தட்ட ஆரம்பித்தனர்.

நன்றாக விடிந்து வெளிச்சம் வந்த பிறகே கிழக்கு பக்கம் சென்ற கேசவன், நெல் சரிந்து களவாடியிருப்பது தெரிந்தது.

“ஐயய்யோ எந்த ஒக்காள ஓழியோ நெல்லை அள்ளிட்டு போயி ருக்கானுவோ.. ராமா மோசம் போயிட்டோ, புள்ளைக்கு என்னா பதில் சொல்லுவே... அடக் கடவுளே...”

கேசவன் கத்திய சத்தத்தில் தூங்கிய ராமன் ஓடி வந்தான்.

“விடி காலையில சத்த கண்ணை மூடிருப்பே மச்சான். அந்த நேரம் பாத்து எவனோ கைவரிச காட்டியிருக்கானுவோ..”

“வெளியூரு ஆளுதான் துணிச்சலா கை வைச்சிருக்கானுவ..”

“எப்பிடியாவது மோப்பம் புடிச்சு திருடன தேவடிய்யா பயல கண்டு புடிக்காம வுடக்கூடாது..”

“புள்ள மொகத்தில எப்படி முழிக்கப் போறனோ தெரியிலியே. ஒரு ராத்திரிப் பொழுது கண்ண மூடாம பாத்துக்கன்னு சொல் லிட்டு போனாரே..என்ன செய்வேன்..”

கை கால்கள் நடுங்க கட்டிலில் போய் உட்கார்ந்தான் கேசவன். முன்பு இருந்தது மாதிரி சரிந்திருந்த நெல்லை முறத்தால் குவித் தான் ராமன். என்ன குவித்தாலும் சாணிப்பால் அடையாளம் கலைந்துவிட்டதே.

“ஒரு மூட்டை அள்ளிட்டுப் போயிருப்பானுவளா..”

“ஒரு மூட்டையோ அரை மூட்டையோ வெளைஞ்ச நெல்லுல திருடன் கை வைச்சுட்டானேன்னு புள்ள மாஞ்சு மாஞ்சு போயிடு வாரே..” பித்து பிடித்தவன் மாதிரி கேசவன் புலம்பினான்.

தர்மலிங்கம்பிள்ளை நிலத்து அறுவடைக்கு ஆட்கள் வந்து விட்டனர். அவர்கள் காதில் இது விழாமலிருக்க எதுவும் நடக் காததுபோல முகத்தை வைத்துக்கொள்ள முயற்சித்தனர். சரியாக எட்டு மணிக்கெல்லாம் சோமுப்பிள்ளை சைக்கிளில் களத்துக்கு வந்துவிட்டார். கால் செருப்பைக் களத்தோரமாக விட்டுவிட்டு கேசவா என்று அழைத்ததுதான் தாமதம், ஓடிவந்து அவர் காலில் விழுந்து,

“சாமி.. ராத்திரி நடக்கக்கூடாதது நடந்துடுச்சி. இந்தப் பாவிக்கு மன்னிப்பு குடுக்கனும் சாமி.. மாப்பு குடுக்கனும் சாமி..” என்று அழுதான். ராமனும் அவர் காலில் விழுந்து அழுதான்.

“எழுந்திரிங்கடா.. என்னா நடந்தது, அத முதல்ல சொல்லுங்க..”

“நெல்ல அள்ளிட்டு போயிருக்கானுவ சாமி” அவரைக் கூட்டிக் கொண்டுபோய்க் காட்டினான்.

நெல் குவியலை வெகுநேரம் பார்த்தார். கோபமோ பதட் டமோ அடையாமல் அமைதியாக நின்றார். கிழக்கே உதித்துவரும் சூரியனை ஒரு முறை பார்த்தார். கேசவனிடம் ஒரு வார்த்தையும் சொல்லவில்லை. மெல்ல நகர்ந்து கட்டிலில் போய் உட்கார்ந்தார். இரண்டு கைகளையும் கட்டிக்கொண்டு கூனிக் குறுகி நின்றனர் இருவரும்.

“எப்பிடியும் ஒரு மூட்டை அள்ளிட்டு போயிருப்பானுங்க சாமி..

எங் பண்ணை கூலியில கழிச்சிருங்க. எந் தப்புதான். எனக்கு தண் டனையா இருக்கட்டும். அஞ்சு நிமிசம் கண்ணை மூடியிருப்பே சாமி, அந்நேரம் பாத்து கையை வைச்சிட்டானுவோ..” கலங்கிய படி சொன்னான்.

“அட மடப்பயல ஒருமூட்டை நெல்லு போச்சேன்னு கவலை படுலை. ஒருத்தருக்கும் தீங்கு நெனைக்காதவன் நானு. எம் பொருளுல கையை வைச்சுட்டானேன்னுதான் நெனைச்சேன். போயிட்டுப் போறானுவோ போடா.. இந்த நெல்ல வைச்சுட்டு எம்மா நாளு சாப்புட போறா போ..” பிள்ளையின் வாக்கு பலித்து தான் போயிற்று. கலியன் திருடிச் சென்ற நெல் அவன் சாவுக்கு தான் பயன்பட்டது.

கூடையில் சாப்பாட்டுத் தூக்குடன் சிந்தாமணி களத்திற்கு வந்தாள். கேசவனும் ராமனும் பேயறைந்தது போல் பிள்ளையின் முன்பு நின்றதைப் பார்த்துவிட்டு ஓதுங்கி நின்றாள்.

“சரி கேசவா ரெண்டு எலுமிச்ச பழம், சூடம் வாங்கிட்டு வந்து களத்தைச் சுத்திப் போடு. பத்து மணிக்கு லாரி வந்துடும். அதுக்கு முன்னால பதினைஞ்சு மூட்டை நெல்ல அளந்து வண்டி யில ஏத்தி வூட்டுக்கு அனுப்புங்க.. போங்க வேலையப் பாருங்க..”

விற்க வேண்டிய நெல்லை லாரியில் ஏற்றி அனுப்பிவிட்டு, பண்ணையாள் கேசவன், ராமன் எல்லோருக்கும் கூலிப் படியோடு சேர்த்து மூன்று கலம் நெல் கூடுதலாக அளந்து கொடுத்தார் பிள்ளை. கேசவனுக்குக் கண்கள் கலங்கிவிட்டன.

“நான் ஒரு மூட்ட நெல்ல திருடு குடுத்ததுக்கு வெகுமதியா சாமி..”

பிள்ளையின் காலில் விழுந்து அழுதான்.

“டேய் மடயா எழுந்திரு...அவனத் தூக்கு புள்ளே..” சிந்தாமணி யிடம் சொன்னார்.

“போயிட்டு போவுது வுடுடா, ஒரு மூட்டைக்கு ரெண்டு மூட் டையா அடுத்த வருசம் வயல்ல எங்கியாவது ஒரு மூலையில வெளஞ்சிட்டு போயிடும் போ...”

சோமுப்பிள்ளை களத்திலிருந்து புறப்படுவதற்கும் தர்ம லிங்கம் பிள்ளையின் அறுவடையான தாள் கட்டுகள் களத்திற்கு வருவதற்கும் சரியாகயிருந்தது.

சோமுப்பிள்ளையின் களத்து வேலை இன்றோடு முடியவில்லை. நான்கு நாள் சென்று நெல் அடித்த தாளில் தப்பியுள்ள ஒன்றி ரண்டு நெல் மணிகள் உதிர தாளைப்பரப்பி, மாடுகளை இணைத்து பிணைகட்டி போரடிக்க வேண்டும். போரடித்தால்தான் தாளும் வைக்கோலாக மாறும். போரடிப்பில் பத்து பனிரெண்டு மூட் டையாவது தேறும். வயலில் விளைந்த நெல்லை அறுத்து வைக் கோலையும் நெல்லையும் பிரிக்கவே இத்தனை பாடு என்றால், ஏர் உழுது நாற்றுவிட்டு, நடவு நட்டு களை எடுத்துப் பயிராக்க எத்தனை பாடு?

•

அம்மா அம்மாதான்

பூபதிக்குத் திருமணமாகி நான்காவது பயணமாக மாமனார் ஊரான காக்களூர்க்குப் போய்க்கொண்டிருந்தான். பதினைந்து நாள் பரிச்சயமான மனைவி கௌரி பஸ்ஸில் அவன் பக்கத்தில் அமர்ந்து சன்னல் வழியே சாலையில் செல்லும் வாகனங்களைப் பார்த்துக் கொண்டிருந்தாள். கண்கள் மட்டுமே வேடிக்கை பார்ததே ஒழிய மனமெங்கும் ஒருவித அதிர்ச்சி வியா பித்திருந்தது. சாந்தி முகூர்த்தமெல்லாம் முடிந்து இருவரும் இல்லறத்தில் கலந்தும்விட்டார்கள். ஓரளவு இருவரும் ஒத்த கருத் துடையவர்கள்தான். மகிழ்ச்சித் துள்ளலோடு அம்மா வீட்டிற்குக் கிளம்புவதற்கு முன்பு அவளுக்குத் தெரிய வந்த விஷயம் ஷாக் அடித்தது போலாயிற்று. முகத்திலிருந்த சந்தோஷம் சட்டென்று ஓடி மறைந்துவிட்டது. முகத்திலும் பேச்சிலும் மலர்ச்சியில்லாமல் வீட்டிலுள்ளவர்களிடம் சொல்லிக்கொண்டு கிளம்பினாள். கௌரி முகத்தில் தென்பட்ட மாற்றத்தை பூபதி வீட்டிலிருந்து புறப்படும்போது கவனிக்கவில்லை. பஸ் ஏறி திருக்கழுகுன்றம் வந்து, செங்கல்பட்டு பஸ் ஏறி பின்பு அங்கிருந்து தாம்பரம் பஸ் பிடித்து இருவர் இருக்கையில் இரண்டு பேரும் அமர்ந்து ஆச்சு, பஸ் மறைமலை நகர் கடந்து போய்க்கொண்டிருந்தும் இருவரும் கலகலப்பாகப் பேசிக்கொள்ளவில்லை. தேவைப்படும்போது ஓரிரு வார்த்தைகளை மட்டும் பயன்படுத்தினர்.

கௌரி வழக்கம் போல கலகலப்பாக இல்லை என்பதை பூபதி மெல்லதான் உணர்ந்தான். 'என்னம்மா.. என்னாச்சு.. ஏன் ஒரு மாரி இருக்கே..' என்று பரிவோடு விசாரிக்கப் போய், அதுவே வாடிக்கையாகிவிடக் கூடாதென்று எச்சரிக்கையாக இருந்தான்.

ஆணுக்கே உரிய அகந்தை, ஆணவமென்று சொல்லமுடி யாது. ஆனாலும் ஆதிக்க உணர்வு அவனை எச்சரிக்கை செய்ய, 'நான் ஒரு பாவத்துக்கும் ஆளில்லேப்பா' என்பது போல அமைதி யாக, பஸ்ஸில் சிரித்து விளையாடும் சிறுமியை வேடிக்கை பார்த்துக்கொண்டிருந்தான். தன் மனதை அதிர்ச்சிக்குள்ளான விஷயத்தைப் பற்றி பூபதியிடம் கேட்கலாமென்று தோன்றியும் இவ்வளவு நேரமாக ஏதோ ஒன்று அவளைத் தடுத்தது. இரண்டு

மூன்று முறை கேட்க முயன்றும் வார்த்தைகள் வரவில்லை. பஸ் நிறுத்தங்களில் இறங்குவோரையும், ஏறுவோரையும் வேடிக்கை பார்த்ததால் நேரம் ஓடிவிட்டது.

தாம்பரம் பஸ் ஸ்டாப் வந்ததும் இறங்கினர். பூபதிக்கு டீ சாப்பிட வேண்டும். கௌரியைக் கேட்டான். அவள் வேண்டா மென்று மறுக்கவே பட்ஸ் ஹோட்டலுக்குச் சென்று டீ வாங்கி னான். சாஸரில் டீயை ஊற்றிச் சூடாற்றி வேகமாக உறிஞ்சி சாப் பிட்டான். கௌரியை நிற்க வைத்திருப்பது கஷ்டமாக இருந்தது. அதைவிடப் புது மனைவியைப் போவோரும் வருவோரும் கடைப் பொருள் போல வேடிக்கை பார்ப்பதும் அரவே பிடிக்கவில்லை. எந்த ஊரில், எந்த இடத்தில் என்ன வேலை செய்துகொண்டிருந் தாலும் பூபதிக்குக் காலையிலும் மாலையிலும் டீ சாப்பிட்டாக வேண்டும். வயது இருபத்தாறு ஆகியும் மற்றபடி எந்தக் கெட்டப் பழக்கமுமில்லை.

பேருந்து நிறுத்துமிடத்தில், திருவள்ளூர் போகும் பஸ் வந்து நிற்பதற்குள் அதுவரை காத்து நின்ற கூட்டம் முண்டியடித்து ஏறியது. பலர் சன்னல் வழியே பை, கர்சிப் போன்ற பொருட் களை உள்ளே தூக்கி எறிந்து இடம் பிடிக்க முயன்றனர். இரண் டொருவர் சன்னல் வழியே தலையை நுழைத்து உள்ளே புகுந்தும் விட்டனர். பூபதியும் கௌரியும் ஏறுவதற்குள் பஸ் நிரம்பிவிட்டது. பல பேர் ஏறியும் இடங்கிடைக்காத வெறுப்பில் நிற்க வேண்டிய தாயிற்று. அடுத்த பஸ்க்குப் போகலாம் வாவென்று பூபதி கூறி யும் விருப்பமில்லாமல் நின்றாள். சுமார் ஒரு மணி நேரமாவது நின்றபடி பயணம்செய்ய வேண்டுமென்று பூபதி அலுத்துக் கொண்டான். கணவனின் முகத்தை ஏறிட்டுப்பார்த்தவள், என்ன நினைத்தாளோ, நெருக்கி அடித்து நின்றவர்களை விலக்கிக் கொண்டு அவள் இறங்க அவனும் இறங்கினான். பஸ்ஸில் இடம் பிடித்து உட்கார்ந்திருப்போர் பலரும் பூந்தமல்லி, திருவள்ளூர் செல்பவர்களாகத்தான் இருப்பார்கள். பாதி தூரம் கூட பஸ்ஸில் அமர்ந்து செல்ல முடியாதென்று யூகித்து கௌரி இறங்கினாள். சற்று நேரத்தில் இன்னொரு திருவள்ளூர் பஸ் வந்தது. பூபதியும் கௌரியும் சுதாரித்துக்கொண்டு பஸ்ஸில் ஏறி இடம் பிடித்து உட்கார்ந்தனர். முன்னால் நின்ற பஸ்ஸிலிருந்து பலர் ஓடி வந்து இந்த பஸ்ஸில் ஏறினர்.

"சார்..பஸ்ஸை எப்ப எடுப்பீங்க" பயணி கேட்டதற்குப் பொருட் படுத்தாமல் ட்ரைவர் கண்டக்டர் இருவரும் டீ சாப்பிடச் செல்ல,

“கால் அவராவது ஆனப்பறந்தான் எடுப்பாங்க.. இப்பதானே வந்துகிது, எப்டியோ குந்திகினு போரதுக்கு சீட்கெடச்சுது” என்று இன்னொரு பயணி வாயிலிருந்த வெற்றிலை எச்சிலை சன்னல் வழியே துப்பிவிட்டுச் சொன்னார்.

கிட்டதெட்ட மூன்று மணி நேரமாக கௌரி அமைதியாக இருப்பது அவனுக்குச் சற்று சங்கடமாக இருந்தது. திருமணமாகி பதினைந்து நாட்களில் அவள் இப்படி இருந்ததில்லை என பூபதி எண்ணிக்கொண்டிருந்த போது, தான் கேள்விப்பட்ட விஷயத்தைக் கேட்கப்போய், அம்மா வீட்டிற்குப் போகும் இந்த சமயத்தில் இரு வருக்கும் இடையில் மனஸ்தாபம் ஏற்பட்டுவிட்டால் என்ன செய்வதென்று தொண்டைக் குழி வரையில் வந்த விஷயத்தைக் கேட்காமல் சிறுதவிப்போடு காணப்பட்டாள். லேசான புன்ன கையை மட்டும் வலுக்கட்டாயமாக வரவழைத்துக்கொண்டாள். இந்த விஷயத்தை பூபதியிடம் கேட்டுத்தான் ஆகவேண்டும். கேட் காமல் இருக்கவும் முடியாது. விஷயத்தின் வீரியத்தை எண்ணும் போது அப்படித்தான் நினைக்கத் தோன்றியது. இந்தக் குறுகிய நாட்களில் கணவனோடு பழகிய விதத்தில் அவன் மீது எந்தக் குறையும் சொல்ல முடியாது. நல்ல கணவனாக வாய்த்தமைக்கு பெரியபாளையத்தம்மனை வணங்கிக் கொள்வாள். அப்படிப்பட்ட கணவனிடம் இந்த விஷயத்தைக் கேட்டு சங்கடத்துக்கு உள்ளாக்க வேண்டுமா என்று தனக்குள் கேட்டுப் பார்த்தாள். குறை ஏதும் சொல்ல முடியாத வகையில் கௌரி இதுநாள் வரை நடந்து கொண்டது மன நிறைவை ஏற்படுத்தியது. மனதில் எதையோ வைத்துக்கொண்டு கேட்கவும் முடியாமல் கேட்காமல் இருக்கவும் முடியாமல் அவளின் தவிப்பைப் புரிந்துகொண்டான். தனது பத்து வயதில் அதிர்ச்சிக்குள்ளான அதே விஷயந்தான் கௌரி யையும் ஆட்டுகிறது என்பது பூபதிக்குத் தெரியாது.

மாமியார் வீட்டிற்குப் போகும்போது வெறுங்கையோடு போகக்கூடாதே என்று சட்டென்று இறங்கி ஓடினான். இருவருக் கும் ஏற்பட்ட மன இருக்கத்தில் மறந்துவிட்டனர். பூபதி பழம் வாங்கிக்கொண்டு திரும்புவதற்குள் பஸ் நகர ஆரம்பித்தது. சன் னல் வழியே எட்டிப் பார்த்து பூபதியைத் தேடினாள். முன்னும் பின்னும் பார்க்கிறாள். அவனைக் காணவில்லை. பஸ் வேகமாக ஓடத்துவங்க ஓடிவந்து ஏறினான். லேசான சிரிப்புடன் அவளிடம் பழங்களைக் கொடுத்துவிட்டு உட்கார்ந்தான்.

“பழம் இல்லேன்னா என்னா, இந்நேரம் பஸ்ஸ வுட்டுரிப்பிங்க..”

அவன் முகத்தைப் பரிவோடு பார்த்துச் சொன்னாள். இத்தனை நேரம் இருக்கமாயிருந்த அவள் முகத்தில் லேசான வெளிச்சம் தெரிந்தது.

"ஒங்கப்பா இந்நேரம் வேலைக்குப் போயிட்டு வந்திருப்பாரா"

"வந்திருப்பாரு...மணி ஆறரை ஆச்சே.."

"தங்கச்சி எந்த ஸ்கூல்ல படிக்குது...?"

"நேரு மெட்ரிகுலேஷன் ஸ்கூல்ல படிக்கிறா.."

சகஜமான அவள் பதில், அவனை மேலும் பேச வைத்தது. திருவள்ளூர் வரை என்னென்னவோ கேட்டான். உறவினர்களைப் பற்றிக் கேட்டான். அண்ணன் வேலை பார்க்கும் கம்பெனி பற்றிக் கேட்டான். மாமியார் பிறந்த ஊர், தாத்தா பாட்டி பற்றி எல்லாம் கேட்டான். வழியில் பார்வையில் பட்ட சினிமா போஸ்டரைப் பார்த்துவிட்டுத் திரைப்படம் பற்றியுங்கூடப் பேசினான்.

மானாமதியில் மாமியார் வீட்டிலிருந்து கிளம்பும் போது மனதிலிருந்த அதிர்ச்சியும் படபடப்பும் இப்போதில்லை. தன்னை உலுக்கிய விஷயத்தை இன்று கேட்கவில்லை என்றாலும் நிச்சயம் ஒரு நாள் கேட்காமல் இருக்கப் போவதில்லை. இதை உடனே புருஷனிடம் கேட்டும் ஆகப்போவதும் ஒன்றுமில்லை. பூபதி வீட்டில் எல்லோரும் இதை எப்படி சகஜமாக எடுத்துக்கொண்டு இத்தனை காலம் வாழ்கிறார்களோ அதுபோல் தானும் புருஷனோடு வாழ்ந்துகாட்ட வேண்டும். அந்த விஷயம் தங்கள் வாழ்க்கையில் எந்தத் தாக்கத்தையும் ஏற்படா வண்ணம் வாழ்ந்து காட்டுவோம் என்கிற மன உறுதியோடு திருவள்ளூர் பஸ் ஸ்டேன்டில் கணவனோடு இறங்கினாள். பிறந்த இல்லம் நோக்கி அவள் கால்கள் மகிழ்ச்சியோடு பரபரத்தன. அவனுக்கு ஒருஅடி முந்தி வேகமாக நடந்தவள் வீடு நெருங்கியதும் அவனுக்குப் பின் தயங்கி நடந்தாள். வராந்தாவில் கையில் புத்தகத்துடன் படித்தபடி உலாத்திக்கொண்டிருந்த தங்கை இவர்களைப் பார்த்துவிட்டதும்,

"அம்மா.. அக்கா வந்திருச்சி.." உரக்கக் கத்தினாள். ஓடி வந்து கௌரியைக் கட்டிக்கொண்டாள்.

"ஏய் மாமாவை வாங்கன்னு சொல்லு.."

"வாங்க மாமா.." சிரிப்பும் வெட்கமும் கலக்கச் சொன்னாள்.

கை கால் முகத்தைத் துண்டால் துடைத்தபடி உள்ளேயிருந்து வந்த கௌரியின் அப்பா வரவேற்றார். அடுப்படியிலிருந்து ஓடி வந்து கௌரி அம்மாவும் பாசம் குழைய மகிழ்ச்சியோடு வர

வேற்றாள். கௌரி எட்டிச் சென்று அம்மாவைத் தழுவிக்கொண் டாள். கௌரியின் தகப்பனார் அம்பத்தூர் எஸ்டேட்டில் ஒரு கம்பெனியில் வேலை பார்க்கிறார். பூபதியின் வயதை யொத்த மைத்துனன் ராஜேஷ் தனியார் கம்பெனி ஒன்றில் ட்ராஃப்ட்ஸ் மேன் பணியிலிருக்கிறான். மகனுக்கு நகத்தில் அழுக்குபடாத வேலை என்று சமயம் கிடைக்கும்போதெல்லாம் சொல்லி பெரு மைபட்டுக்கொள்வார் பூபதி மாமனார். மானாமதி ஒரு திக்கு, திருவள்ளூர் இன்னொரு திக்கு, எனவே பூபதிக்கு மனைவியின் வீட்டார் உறவு பந்து ஒன்றுமில்லை.

கௌரிக்குத் திருமணமாகி ஒன்றரை வருடமாகியிருக்கும். பிரசவத்திற்காக அம்மா வீட்டிலிருந்தாள். புருஷனைப் பிரிந்து அவளாலும் மனைவியைப் பிரிந்து அவனாலும் இருக்க முடிய வில்லை. மகள் மருமகனுக்குமுள்ள பாசத்தைக் கண்டு மாமியார் பூரித்துப் போவாள். பூபதி வாரந்தவறாமல் ஞாயிற்றுக் கிழமை திருவள்ளூர் வந்துவிடுவான். திருமணத்தின் போது பூபதிக்கு வர தட்சனையாகக் கொடுக்க வேண்டிய பைக்கை மூன்று மாதத் திற்கு முன்புதான் வாங்கிக்கொடுத்தார்கள். கைவசம் பைக் இருந்த தால் நினைத்த மாத்திரத்தில் கௌரியைப் பார்க்க ஓடி வந்து விடுவான்.

கௌரிக்கு வளையல் காப்பு சீமந்தம் செய்து நாளைமறு நாள் அம்மா வீட்டிற்குப் போகப்போகிறாள். இரவு கௌரியால் சரியாகச் சாப்பிடமுடியவில்லை. கொஞ்சம் பால் மட்டும் குடித்து விட்டுப்படுத்திருந்தாள். பக்கத்தில் பூபதியும் படுத்திருந்தான். புரு ஷனை விட்டுப் பிரியப் போகிறோமென்று நினைத்தவுடன் நெஞ்சு அடைத்தது. விழி கடையில் நீர் வழிந்தது.

“கௌரி.. என்னாச்சு.. ஏம்மா அழுவுறே?”

“ஒன்னுமில்லே மாமா” கண்களைத் துடைத்தாள்.

“ஊருக்குப் போவனுமேன்னு கஷ்டமாக்கீதா..”

லேசாகத் தலை அசைத்தவளை மெல்ல மார்போடு தழுவி னான். கன்னத்தில் முத்தமிட்டான்.

“நாந்தான் வாராவாரம் ஒன்னை வந்து பாக்கப் போறே..”

சிரமப்பட்டு அவன் பக்கம் ஒருக்களித்து படுத்தாள். அவன் கையை எடுத்துத் தன் மேல் போட்டுக்கொண்டாள். திடீரென்று உதயம் வந்தது போல,

“மாமா நான் ஒன்னு கேப்பே, கோவிச்சுக்காம சொல்லனும்.”

"சொல்லு.."

"அத்தை வேற சாதியாமே.. நீ ஏன் எங்கையில சொல்லுல.."

அவள் மேலிருந்த கையை எடுத்துவிட்டு நீண்ட பெருமூச்சு விட்டான். சுவர் மேல் நகர்ந்து சென்ற பல்லி, விளக்கு வெளிச்சத்தில் பறந்த பூச்சியைப் பிடிப்பதைப் பார்த்திருந்துவிட்டு, கௌரியின் முகத்தைப் பார்த்து,

"அது இன்னா அம்மாம் பெரிய விஷயமா..?"

"பெரிய விஷயமில்ல மாமா. ஆனா அக்கம் பக்கத்தில சொல்லிக்கினுதானே கீறாங்க...."

"ஆராவது எத்தியாவது சொல்லிகினுப் போவுட்டும், ஒனக்கு என்னா தோனுது.."

"இத்த மொதல்ல கேட்ட அன்னிக்கு ஒரு மாரியாத்தான் இருந்திச்சு. அப்பால போவபோவ நீ சொன்னாப்பில அது பெரிசா தெரியில.."

"அத்தோட வுடு.."

"அத்தைய அவுங்க வயசு பொம்பளைங்ககூட பாத்த எனக்கு ஒரு வித்தியாசமும் தெரியில. அதுவும் மத்தவங்களவிட அல்லா விஷயத்திலியும் நல்லா பழவுறாங்க.."

"சனங்களுக்கு எத்தியாவது குறை சொல்லனும். ஒன்னுமில்லேன்னா இதைச் சொல்லிக் காட்டி சந்தோஷப்படுங்க.."

"நா ஏன் கேட்டேன்னா. இத்த கேள்விப்பட்ட எனக்கே ஷாக் அடிச்ச மாரி ஆயிடுச்சே. ஒனக்கும் அப்டித்தானே இருந்திருக்கும், அதான் கேட்டே.."

பூபதி பத்து வயதுச் சிறுவனாக இருந்த போது அவனை உலுக்கிய செய்தியாயிற்றே அது. அவன் நினைவு மிக வேகமாகப் பின் நோக்கி ஓடியது. பூபதியின் தகப்பனார் நல்லசிவம் நாயக்கர் பிறந்தது செங்கல்பட்டு அருகிலுள்ள கிராமம். சிறுவயதில் தாயார் மறைந்துவிட, மானாமதியிலுள்ள தாய்மாமன் ஆதிகேசவன் நாயக்கர் வீட்டில்தான் வளர்ந்தார். நல்லசிவம் மூன்று தமக்கைகளுடன் பிறந்தவர். அந்தப் பெண்களைக் கறையேற்றியவர் மாமாதான். மூத்த பெண் கமலம் பட்டிணத்திலுள்ள சூளையிலும், சரசுவை சிங்கபெருமாள் கோயிலிலும் மணம்முடித்துக் கொடுத்தார். தாய் ஸ்தானத்தை கமலம் அக்காள் நிரப்பியதால் நல்லசிவம் சிறுவயதில் அடிக்கடி கமலம் வீட்டிற்குச் செல்வது வழக்கம். பெரும்பாலும் பள்ளிக்கூடம் விடுமுறையை சூளையில்தான் கழிப்பான்.

சென்னைப் பட்டினத்தில் நெருக்கடியான சிறு தெருவிலுள்ள கமலம் வீடுதான் அவனுக்குச் சொர்க்கம். பதினெட்டு இருபது வயது வரை சூளைக்குச் செல்ல வைத்தது கமலத்தின் பாசமும் உபசரிப்புமென்றால் அதன் பிறகு சூளைக்கு அடிக்கடி அவனை வரவழைத்தது மரகதம். மானாமதியிலும் சரி பட்டனத்திலும் சரி அதுவரை வயசுப் பெண்களிடம் பேசிப் பழகாதவன். பேசுவதற்குக் கூச்சப்படுவான். அந்தக் கூச்சத்தை விரட்டி அடித்தவள் மரகதம். கமலம் வீட்டிற்குக் பக்கத்தில் பெற்றோர்களுடன் வசிக்கிறாள்.

மரகதம் பட்டினத்தில் எல்லோருடன் சகஜமாகப் பழகிய தால் நல்லசிவத்தைச் சந்தித்த முதல் சந்திப்பிலேயே வெகுநாள் பழகியவள் போல அவனிடம் பேசினாள். வயதுக்கேற்ற இனிமை யான அவள் பேச்சு மயங்கவைத்தது. இளமை வனப்போடு ஆண் களைத் தடுமாறச் செய்யும் அழகு, கவர்ச்சி இன்னும் மயங்க வைத் தது. கமலம் வீட்டிற்குச் செல்லும் போதெல்லாம் மரகதம் அவ னோடு மிகுந்த அன்போடு அனுசரனையோடு பழகிய பழக்கம் ஒரு வருடத்தில் ஒருவரையொருவர் புரிந்துகொள்ளச் செய்து பின்பு காதலில் பிணையச் செய்துவிட்டது. மெரீனா கடற்கரை முதல் பட்டினத்திலுள்ள பல பொதுயிடங்களில் தனியாகக்கூடிப் பேசி மகிழ்ந்தனர். காதலர்களாக இரண்டு வருடத்தை ஓட்டியும் விட்டனர்.

நல்லசிவம் நாயக்கருக்குத் திருக்கழுகுன்றம் ஊராட்சி மன் றத்தில் வேலை கிடைத்தது. பையனாக இருந்த நல்லசிவத்தை உத்தியோகம் முழு ஆளாக உயரச் செய்தது. இவர்கள் காதல் விவ காரம் கமலத்திற்குத் தெரிய வந்தது. தம்பிக்கு ஏற்ற பெண்தான் என்று உவகை கொண்டவளுக்கு ஒரு விஷயம் உவப்பைத் தந்தது. மரகதம் கீழ்சாதிப் பெண் என்கிற முட்டுக்கட்டை எதிரே நின்றது. ஊர்க்காரர்கள் ஒருவர் கூட இவர்களைத் தம்பதியாக ஏற்க மாட் டார்கள். சாமி இல்லை பூதமில்லை, என்று சொல்லும் கருப்புச் சட்டைக்காரர்கள் வேண்டுமானால் ஆதரிக்கலாம். சாதி சனங் களை எதிர்த்துத் திருமணம் செய்து அவர்களுக்கு நடுவில் இவர் கள் எப்படி வாழ முடியுமென்ற கேள்வி விஸ்வரூபம் எடுத்து நின்றது கமலத்துக்கு.

தமிழ் நாட்டின் முதலமைச்சர் சி.என்.அண்ணாதுரை மறைந்த செய்தி நாடெங்கும் தீப்பொறிபோலப் பரவிற்று. செய்தி கிடைத்த அடுத்த நிமிடம் நல்லசிவம் பட்டினம் கிளம்பிவிட்டான். பெரிய அரசியல் ஞானம் இல்லையென்றாலும் அன்மைக்காலமாக

அண்ணாப் பற்றியச் செய்திகள் அவர் மேல் ஈடுபாடு கொள்ள வைத்தது. அண்ணாவைப் பார்க்க வேண்டுமென்று அந்த ராத்திரியில் நடந்தே திருக்கழுகுன்றம் வந்தான். லாரியில் செங்கல்பட்டு வந்தவன், சென்னை செல்லும் பஸ்ஸில் தொற்றிக்கொண்டான். பொதுமக்கள் பார்வைக்காக வைத்திருந்த அண்ணாவின் முகத்தை லட்சோப லட்சம் மக்களில் ஒருவனாகக் கும்பலில் நசுங்கி பார்த்தான். இறுதி ஊர்வலம்வரை கும்பலோடு கும்பலாக நின்று பார்த்துவிட்டு கமலம் அக்காள் வீடு வந்தபோது இரவு ஒன்பது மணி. வீடு பூட்டியிருந்தது. மிகுந்த களைப்புடன் பசியுடன் இருந்தவன் அப்படியே வாசலில் உட்கார்ந்துவிட்டான். கதவின் மேல் சாய்ந்தபடி தூங்கியும்விட்டான். எதேச்சையாக அங்கே வந்த மரகதம் அவனை வீட்டிற்குக் கூட்டிச் சென்று சாப்பிடச் சொன்னாள். மிகுந்த கூச்சத்தோடு சாப்பிட்டான். மரகதத்தின் தாயும் தகப்பனும் அன்போடு மரியாதையோடு அவனை நடத்தினர். வேறு வழியில்லாமல் மரகதம் வீட்டிலேயே தூங்க வேண்டியதாயிற்று. அன்று மாலை குளத்தூர் போயிருந்த கமலம் மறுநாள் காலையில்தான் வீடு திரும்பினாள். தம்பி மரகதம் வீட்டிலிருந்ததை வேறுபடுத்திப் பார்க்க முடியவில்லை.

மரகதம் குடும்பம் வசதியில்லாததுதான். அவளோடு பிறந்தவர்கள் ஒரு அக்காள் ஒரு தங்கை மட்டுமே. தகப்பனார் பேட்டா ஷோரூமில் செக்யூருட்டி வேலை பார்க்கிறார். அக்காள் மல்லிகாவும் மரகதமும் பேருக்கு இரண்டு மூன்று வருடம் கார்பரேஷன் பள்ளிக்குச் சென்றுவந்தனர். மரகதம் கையெழுத்து போடுவாள். பெரிய எழுத்துக்களை கஷ்டப்பட்டு கூட்டி படிப்பாள். இவர்கள் பூர்வீகம் பொன்னேரி பக்கம். பிழைப்புக்காக சூளைக்கு வந்தவர்கள். தாழ்த்தப்பட்ட வகுப்பைச் சேர்ந்தவர்கள் என்று அவர் களே சொன்னால்தான் தெரியும். பட்டிணத்து வாழ்க்கை சமூக இழிவை, அதன் அடையாளத்தை அழிக்க வல்லது. கால ஓட்டத்தில் சாதி வேறுபாடு நகரத்து சந்தடியில் நசிந்து வருகிறது. மரகதத்தை வேற்று சமூகத்தில் திருமணம் செய்துகொடுத்து சாதி சம நிலையை எட்ட வேண்டுமென்ற சமூகவியல் கருத்தெல்லாம் மரகதம் தகப்பனாருக்கு இல்லை. ஆனால் மகள் நன்றாக இல்லறத்தில் நல்லறம் காண வேண்டுமென்கிற சராசரி தகப்பனின் ஆதங்கம் மட்டுமிருந்தது.

மானாமதியில் மாமா ஆதிகேசவன் நாயக்கர் செவிக்கு இவர்கள் காதல் செய்தி எட்டிற்று. கீழ்சாதிப் பெண் என்றதும் சட்டென்று இயல்பாக எழும் சாதி மேலாண்மை உணர்வும்,

அசூசையும் ஏற்படாமலில்லை. 'இவன் பட்டனத்துக்கு அக்கா வூட்டுக்குப் போறேன்னு போனது இதுக்குதான் போலிருக்கு..' தனக்குள்ளே கேட்டுக்கொண்டார். இந்த விஷயத்தை ஊரில் எவரிடம் சொன்னாலும், ஏன் சொந்தக்காரர்களிடம் சொன்னா லும் கூட,

"நம்ம சாதி என்னா, கெளரவம் என்னா.. ங்கோத்தா... போயும் போயும் காலனிப் பொட்டச்சிதான் இவுனுக்குக் கிடைச்சுதா..." என்பார்கள்.

"நாளிக்கு நல்லது கெட்டதுக்கு நீயும் ஒருத்தன் வாசல மிதிக்க முடியாது, ஒருத்தனும் ஓ வாசலை மிதிக்க மாட்டானுங்க. அத்த மொதல்ல ஞாபகம் வைச்சுகனும். இது ஒரே சாதி ஊரு. இம்மா காலமா நம்ம பாட்டன் முப்பாட்டன் காலத்துலகூட இப்படி நடந்ததில்ல. புதுசா ஒன்னையும் கொண்ணாந்து கலக்ககூடாது" என்பார்கள் சிலர்.

"நாங்கெல்லாம் தலைய நிமித்தி கெளரவமா நடக்கிறோம். அதுக்கு உலை வைச்சுடாதீங்க. நம்மள கண்டா தோள் துண்டை எடுத்து இடுப்பில கட்டிகினு கும்பிடு போடுரவனுங்க, அப்பால ஒருத்தனும் மதிக்க மாட்டானுங்க. ஓ அக்கா பையனால நாங்க மானங்கெட்டு மதிப்புகெட்டு நிக்கனுமா." என்று அடிக்காத குறை யாகக் கேட்பார்கள்.

நல்லசிவம் விஷயத்தை வெளியில்சொன்னால் என்னென்ன கேள்விகளும் எதிர்ப்புகளும் எழும் என்பதைத் தனக்குள்ளே ஆதி சேசன் நாயக்கர் யூகித்துப் பார்த்தார். என்ன செய்வதென்று ஒரு நாள் முழுக்க யோசனை செய்து மண்டையை உடைத்துக்கொண் டார். ஆதிகேசவனுக்கு ஒரு பெண் இருக்கிறாள். அவளை நல்ல சிவத்துக்கு மணம் முடித்துவிடலாம் என்றிருந்தார். ஆனால் நல்ல சிவம் ரூட்டே வேறு. மனைவியிடம் யோசனை கேட்டார்.

"காலனிப் பொண்டுவுள கல்யாணம் பண்ணா கவுரவம் போயி டும்; மதிப்பு மருவாத போயிடுங்கிற தேவடியாளுக்குப் பொறந்த பசங்களுக்கு, பறைச்சிய மோட்டார் கொட்டாயில இட்டுகினு போயி அவ தூமைய குடிக்கறப்போ தெரியிலியா.. மானங்கெட்ட பயலுங்க பேச்சைப் பாரு.. இப்புடித்தான் பேசுவானுவோ.." கோப மாக வெடித்தாள். அவன் தன் மகளைக் கட்டவில்லை என்றாலும் மனசுக்குப் பிடித்தவளோடு நன்றாக வாழ வாழ்த்தினாள்.

சாதி தம் திருமணத்திற்குத் தடையாக இருப்பதை எண்ணி கமலம் அக்காள், மாமா அனைவரும் குழம்பி கவலைப்பட்டபோது,

அதைப் பற்றித் துளியும் கவலைப்படாமல் இருந்தான் நல்லசிவம். தங்கள் திருமணம் நடைபெறுமா என்று பெரிதும் கலக்கத்துடன் வாடிய மரகதத்திற்கு தைரியம் சொன்னான்.

நான்கைந்து மாதங்கள் இந்த குழப்பத்திலேயே ஓடிவிட்டது. நல்லசிவத்தின் மாமாவின் மனைவிதான் திட்டவட்டமான ஒரு முடிவைச் சொன்னாள். கல்யாணத்தை சிங்கபெருமாள் கோயிலில் வைத்துக்கொள்ளலாம். ஊர்க்காரர்களுக்கும் உறவுக்காரர்களுக்கும் கல்யாண நோட்டீஸ் கொடுப்போம். வருகிறவர்கள் வரட்டும். தாலிகட்டி ஆனதும் பொண்ணையும் புள்ளையையும் பட்டிணத்திலேயே குடி வைப்போம். நாலைந்து வருடம் போகட்டும் பிறகு பார்த்துக்கொள்ளலாம் என்கிற அவள் யோசனை ஏற்கும்படி இருந்தது. நல்லசிவத்தின் திருக்கழுகுன்றம் வேலை பற்றி கேள்வி எழுந்தது. இந்த வேலை போனால் ஆயிரம்வேலை. திறமையிருந்தால் எங்க வேண்டுமானாலும் பிழைத்துக்கொள்ளலாம் என்று ஆதிகேசவனின் மனைவிதான் சொன்னாள்.

சிங்கபெருமாள் கோயிலில் திருமணம் நடந்தேரியது. ஊரிலிருந்து நெருக்கமான சிலர் வந்திருந்தனர். முகத்தைச் சுழித்தவாறு சில உறவுகளும் தலையைக் காட்டிச் சென்றனர். சூளையில் கமலத்தின் தெருவிலேயே சிறு வீடு பார்த்து தம்பதிகளைக் குடி வைத்தனர். எக்மோர் பக்கத்தில் ஒரு கம்பெனியில் நல்லசிவத்திற்கு அட்டண்டென்டர் வேலை கிடைத்தது. நல்லசிவம், மரகதம் இல்லறம் மகிழ்ச்சியோடு சென்றதற்குச் சாட்சியாகப் பெண் குழந்தை ஈஸ்வரி பிறந்தாள். ஐந்தாண்டுகள் சென்று பூபதி பிறந்தான். பூபதி பிறந்த அதிர்ஷ்டம் நல்லசிவத்திற்கு போஸ்ட் ஆபீஸில் வேலை கிடைத்தது.

நல்லசிவம் குடும்பத்தோடு சென்னையில் வாழ்ந்தாலும் அடிக்கடி மனைவிமக்களோடு மானாமதிக்குச் வருவான். பட்டினத்தில் தான் வாழும் வாழ்க்கையை ஊர்க்காரர்களுக்குச் சொல்லாமல் சொல்லுவான். மரகதத்தைப் பார்த்து ஊரிலுள்ளவர்கள் மூக்கில் விரல்வைத்து மெச்சும்படி, நாகரிக ஆடைஅணிகளன் மினுக்க செல்லுவார்கள். ஊரில் பெண்கள் மத்தியில் மரகதம் மரகதமாகவே மின்னினாள். கீழ்ச்சாதிக்காரி என்று ஒதுங்கியவர்கள், மரகதம் மானாமதி வரும்போதெல்லாம் அவளோடு மெல்ல மெல்ல பேசத் தொடங்கினர். முன்பு அவர்களுடைய கண்களை மறைத்து நின்ற சாதித் திரை மெல்லமெல்ல விலகியது. மரகதத்தின் கனிவானப் பேச்சு பல பெண்களுக்குப் பிடித்தது.

மாமாவுடன், மாமா மனைவியுடன் மரகதம் பிரியமாக மரியா தையுடன் பழகிய விதம் அவள் தாழ்ந்த சாதிப் பெண் என்பதை மறக்கச் செய்தது. எந்த மக்கள் நல்லசிவத்தின் திருமணத்தை ஒதுக்கித் தள்ளினார்களோ அவர்களின் பலர் வீட்டு விஷேஷங் களுக்குப் பின்நாளில் நல்லசிவம் தன் மனைவி மக்களோடு கலந்து கொண்டான். பூபதிக்கு ஐந்து வயதிருக்கும் போது நல்லசிவத் துக்கு வேலை மாற்றலாகி மானாமதி பக்கத்தில் குடும்பத்தோடு குடிபெயர்ந்தனர். ஆதிகேசவன் மாமாவின் வீட்டில் ஒரு பகுதியில் நல்லசிவம் குடும்பத்தோடு வசிக்கப் போதுமானதாக இருந்தது. கொஞ்சகாலம் எல்லோரும் ஒன்றாக உண்டு உறங்கினர். பின்பு மாமா குடும்பத்துக்கு சுமையாக இருக்கக்கூடாதென்று தனியே சமையல் செய்துகொள்ள மாமாவிடம் அதற்கானசம்மதமும் பெற் றான். ஆனாலும் தகப்பனாய்த் தன்னை வளர்த்த மாமாவிற்கு அவ்வப்போது பணம்காசு கொடுப்பான். நல்லசிவம் குடும்பமும் ஊரிலுள்ள ஏனைய குடும்பம் போல வித்தியாசமின்றி மகிழ்ச்சி யோடு வாழ்ந்தது. மரகதம், நல்லசிவம் நாயக்கரின் மனைவி யென்று அனைவராலும் அழைக்கப்பட்டாள்.

நல்லசிவத்தின் மூத்த மகள் ஈஸ்வரி பட்டினத்தில் இருந்த போதே ஐந்தாம் வகுப்பு வரை படித்தாள். பின்பு மானாமதி அரசுப் பள்ளியில் ஏழாம் வகுப்பு வரை படித்தவள் மேற்கொண்டு தொடர்ந்து படிக்கவில்லை. அவளைப் படிக்கும்படி நல்லசிவமும் கட்டாயப்படுத்தவில்லை. அக்காள் ஈஸ்வரி படித்த பள்ளியில் பூபதி ஒன்றாம் வகுப்பில் சேர்ந்து படிக்கலானான். கொஞ்ச காலம் ஈஸ்வரியின் விரலைப் பிடித்தபடி பூபதி பள்ளிக்குச்சென்று வந்தான். அம்மா அப்பாவைவிட பூபதிக்கு ஈஸ்வரி அக்காளின் மேல் கொள்ளை பிரியம்.

ஐந்தாம் வகுப்பு படிக்கும்போது ஒருநாள் பள்ளி முடிந்து வந்த பூபதியின் முகம் வாடியிருந்தது. இரண்டு மூன்றுவருடமாக ஒரே வகுப்பில் நெருங்கி உட்கார்ந்து கட்டிப்பிடித்து விளையாடிய சிநேகிதன் சொன்ன வார்த்தைகள் அவனை மிகவும் வேதனைப் படுத்தியது. ஓங்கப்பா வேற சாதியாம் ஓங்கம்மா வேற சாதியாமே, ஓங்கம்மா சேரியில இருந்தவங்களாம், ஓங்கிட்டேயிருந்து எதியும் வாங்கி சாப்புடகூடாதுன்னு எங்கம்மா சொன்னாங்க, இனிமே எங்கூட சேர்ந்து ஒக்காராதெ, தள்ளி ஒக்காரு..” என்று நண்பன் சொன்ன விஷயங்கள் பூபதிக்கு ஒன்றும் புரியவில்லை. எங்கூட சேர்ந்து ஒக்காராதே தள்ளி ஒக்காரு என்று கடைசியாகச்சொன்ன

சொற்கள் அந்தப் பிஞ்சு மனதைக் காயப்படுத்திவிட்டது. ஒன்னா உட்கார்ந்தா என்னா ஆயிடும். சாதி என்கிற சொல்லை நண்பன் மூலமாகத்தான் முதல்முதல் கேள்விப்படுகிறான். நண்பன் சொன்னவைகளை நினைவுபடுத்திப் பார்க்கிறான். அப்பா ஒரு சாதி அம்மா ஒரு சாதி இருந்தால் என்ன? எதுவாயிருந்தாலும் அம்மா அம்மா தானே. தனக்குள்ளே கேள்வி கேட்டபடி பூபதி பள்ளியிலிருந்து வீடு திரும்பினான்.

வீட்டிற்கு வந்ததும் புத்தகப் பையை ஆணியில் மாட்டி விட்டு, தோட்டத்துக்குச் சென்று பைப் அடியில் முகம் கை கால் கழுவிக்கொண்டு அம்மா என்று அழைத்தபடியே தன்னைத் தேடுபவன், பள்ளியிலிருந்து வந்து அப்படியே சுவரில் சாய்ந்தபடி உட்கார்ந்திருப்பதைக் கண்ணுற்று மரகதம் விசாரித்தாள்.

“அம்மா.. சாதின்னா என்னாம்மா?”

திடீரென்று அவன் கேட்ட கேள்வியில் மலண்டுபோனாள். பதில் சொல்ல வார்த்தைகள் வராமல் மரகதம் விழித்தாள். வீட்டைப் பெருக்கி சுத்தம் செய்ய துடைப்பத்தை எடுக்க வந்த ஈஸ்வரியின் காதில் பூபதி கேட்டது விழுந்தது.

“தம்பி.. நீ போயி கை காலு கழுவிகினு வா நான் அப்பால சொல்றே என்னா..” அம்மாவைச் சங்கடத்திலிருந்து மீள தம்பியைச் சமாதானப்படுத்தி அனுப்பினாள். அம்மாவும் அப்பாவும் வெவ்வேறு சாதி, அதிலும் அம்மா தாழ்த்தப்பட்ட சாதி என்கிறபேதத்திற்கான விளக்கத்தை எல்லாம் கமலம் அத்தையின் வாயிலாகத்தான் அறிந்துகொண்டாள். இது காரணமாக உறவினர் மூலம் அம்மாவுக்கு ஏற்பட்ட காயங்களை ஈஸ்வரி நன்கு புரிந்துகொண்டவள். சமுதாயத்தில் சாதிய ஏற்றத் தாழ்வுகளை இளம் வயதிலேயே அறிந்திருந்தாள். தாழ்த்தப்பட்ட வகுப்பு மக்கள் சமுதாயத்தில் மிகவும் இழிநிலைக்குத் தள்ளப்பட்டதையும் புரிந்தவள். தன் பதினாறு வயது வரையில் அம்மா அப்பா முன்பு இப்படியொரு கேள்வி எழுந்ததில்லை. தம்பி பூபதி கேட்ட கேள்வியை அவ்வளவு எளிதாகக் கடந்து போய்விட முடியாது. சாதி என்கிற சொல் சமுதாயத்தில் எத்தகைய தாக்கத்தை, பாதிப்பை ஏற்படுத்தியுள்ளது என்கிற விளக்கத்தைப் புரிந்துகொள்ளும் வயதில் பூபதி இல்லை. ஆனாலும் அதே சொல் பிஞ்சு மனதில் பாதிப்பை ஏற்படுத்தி உள்ளது என்பதை புரிந்துகொண்டாள். தம்பி இப்படியொரு கேள்வியை ஒருநாள் கேட்பான் என்று யாரும் யூகிக்கவில்லை. இதைப் புரிந்துகொள்ள வயது வேண்டும் பக்குவம் வேண்டும். இவைகள்

இல்லையென்றாலும் அவன் கேள்விக்கு பதில் சொல்லித்தானே ஆக வேண்டும்.

இரவு வீடு திரும்பிய நல்லசிவத்துக்கு இது தெரிந்து சங்க டப்பட்டான். "ங்கோத்தா தேவடியா குட்டியிங்க. எங்க இத்த மறந்துட போறமோன்னு அப்பப்ப சொல்லிக்காட்டி ஞாபகப் படுத்திகினேகீதுங்க.." திட்டியவன் பூபதியைத் தேடினான்.

"ஆரு பையன் அப்புடி சொன்னானாம்.."

"தெரிஞ்சி இன்னா பண்ணப் போறே வுடு மாமா... அதுங்க கெடக்குதுங்க இத்தெல்லாம் தூசின்னு போகினே இருக்கனும்.."

மரகதம் சமாதானப்படுத்தினாள். சொத்து சுகத்தைச் சேர்த்து வைக்காமல் போனாலும், அவமானத்தையும் இழிவையும் சேர்த்து வைத்துவிட்டு எங்கப்பன் போய்விட்டானே என்று பிள்ளைகள் ஒரு காலத்திலும் நினைக்கக்கூடாதென்று நல்ல சிவம் கவலைப்பட்டான். கவலைக்கான நிவர்த்தியாக ஈஸ்வரி தோட்டத்தில் அமர்ந்து தம்பிக்கு சாதி பற்றி விளக்கினாள்.

"சாதிகள் இல்லையடி பாப்பா
குலத் தாழ்ச்சி உயர்ச்சி சொல்லல் பாவம்!
நீதி, உயர்ந்த மதி, கல்வி, அன்பு
நிறைய உடையவர்கள் மேலோர்.."

என்று பூபதி படித்த பாரதியார் பாடலைச் சொல்லி, மக்களில் ஏற்றத் தாழ்வுகள் இல்லை என்பதைப் புரிந்துகொள்ளும்படி விளக் கிச் சொன்னாள். மனிதர்களில் வேற்றுமை இல்லை என்பதை அந்தச் சிறு வயதில் புரிந்துகொண்டான்.

என்னதான் ஊரிலுள்ள பெண்டிர்கள் மரகதத்துடன் சகஜ மாக நெருங்கிப் பழகினாலும் பாம்புக்கு பல்லில்விஷம் என்பது போல அவ்வப்போது விஷத்தைக் கக்கிவிடுகின்றனர். பல நூறு ஆண்டுகளாக மக்கள் குருதியில் ஊறிப்போன சாதி மேலாண்மை உணர்வுகளிலிருந்து விடுபட்டு வருவதென்பது அவ்வளவு எளி தல்ல. இது விஷயமாக நல்லசிவம் ஒருபோதும் யாரிடமும் சண் டையிட்டதில்லை. கோயில் பூஜையாகட்டும் வீட்டு சுபகாரியமா கட்டும் எது நடந்தாலும் அங்கே மரகதம் இருப்பாள். செய்ய வேண்டிய முறைகளை குறையில்லாமல் நடத்திக்கொடுப்பாள். ஆரம்பக்காலங்களில் மரகதம் எந்தக் காரியங்களிலும் தன்னை முன்னிலை படுத்தாமல் ஒதுங்கித்தான் நின்றாள். ஆனால், எந்த மக்கள் இன்றுவரை அவளை வேறுபடுத்தி பார்க்கிறதோ அதே

மக்கள்தான் அவளை முன்னிலைப் படுத்தினர். மருமகளாய் வாழ வந்த பல பெண்கள் தம் மாமியாரைக் கேட்டுத் தெரிந்துகொள் வதற்குப் பதிலாக மரகதத்திடம்தான் கேட்ப்பார்கள். மரகதத்தை அத்தை என்றும் பெரியம்மா சின்னம்மா என்றும் பாசத்தோடு அழைப்பார்கள். அதனால் இளம் பெண்களிடம் மரகதத்திற்கு நல்ல செல்வாக்குண்டு. ஆனாலும், ஏதோவொரு சந்தர்ப்பத்தில் பெண்களுக்குள்ளே யாராவது ஒருவர் மரகதத்தைச் சாதி சார்ந்து இழிவுபடுத்திப் பேசிவிடுகிறார்கள்.

ஐம்பது வயதிருக்கும் போது நல்லசிவம் மஞ்சள்காமாலை நோயில் பாடுத்தவர் எழுந்திருக்கவில்லை. இறப்பதற்கு முன்பு தன் இரண்டாவது அக்காள் சரசுவின் மகனுக்கு ஈஸ்வரியைத் திருமணம் முடித்திருந்தார். பூபதிக்குப் பத்தாம் வகுப்பிற்கு மேல் படிப்பு எட்டவில்லை. பாடம் படித்து பரீட்சை எழுதுவது பெரும் சுமையாக இருந்தது. பத்தாம் வகுப்பு தேர்வில் கூடத் தேரவில்லை. ஆனாலும் சிறு வயதிலிருந்து மின்சாரம், மின் விளக்கு, ஃபோன் இவைகளின் மேல் ஆர்வம் இருந்தது. அதனால் மானாமதியில் நன்றாக கைதேர்ந்த எலக்ட்ரீஷியன் ஒருவரிடம் தொழில் கற்றுக் கொண்டான். சில ஆண்டுகளில் தனி ஆளாக ஒரு வீட்டிற்கு வேண்டிய ஒயரிங் வேலையைச் செய்யுமளவுக்கு முன்னேறி இருந் தான். பிளமிங் எனும் பைப் லைன் வேலைகளையும் திறமையாகக் கற்றுக்கொண்டான்.

எலக்ட்ரிகல், பிளமிங் இரண்டு வேலைகளிலும் திறமை யானவன் என்று பூபதி பேர் எடுத்தான். மானாமதி, திருக்கழுகுன் றம் வட்டத்தில் பூபதி மிகவும் பிரபலமாகியிருந்தான். அவனின் திறமைக்கும் நல்ல பெயருக்கும்தான் கௌரியின் தகப்பனார் பெண் கொடுக்கச் சம்மதித்தார்.

பூபதி ஆதியோடு அந்தமாகச் சொன்ன விஷயங்களைக் கேட்டுக்கொண்டு இருந்த கௌரி மெல்ல எழுந்து உட்கார்ந்தாள். இரவு நேரம் பதினோறு மணியைக் காட்டியது. நெடுநேரம் பேசி யதில் பூபதிக்கு நாவரண்டு போயிற்று. செம்பு தண்ணீரை எடுத் துக் குடித்தான்.

“ஒனக்கு ஏதாவது வேணுமா கௌரி..”

“ஒன்னுக்கு போவனும் மாமா..”

“நா அழைச்சிகினு போறே பாத்ரூம்க்கு, மொல்ல எழுந்திரு..”

பாத்ரூம்க்கு போய்வந்து கால் நீட்டி உட்கார்ந்தாள். நிறை மாதக் கர்ப்பம் என்பதால் வயிறு லேசாகத் தரையில் தொட்டது.

பக்கத்தில் வந்து உட்கார்ந்த பூபதி தோளில் சாய்ந்துகொண்டாள்.

“இப்ப புரியுது. சாதியிங்கிறதெல்லாம் வேஸ்ட் மாமா..”

“ஆமா..சூத்திர சாதி எல்லாம் கீழ் சாதிதான். ஒங்கப்பா இத்தப் பத்தி சொன்னதில்லியா..”

“நாயக்கரு, முதலியாரு, நாயுடு, செட்டியாருன்னுதான் தெரியும். அதுல எது மேல்சாதி எது கீழ் சாதிங்கறது எல்லாம் தெரியாது. ஆனா, ஐயர் சாதி ஒசந்ததுன்னும் ஹரிஜன சனங்க அல்லா சாதிக்கும் கீழன்னு மட்டும் தெரியும்.”

“ஒவ்வொரு சாதிக்கு மேல இன்னொரு சாதியை ஒக்காத்தி வைச்சு அவ ஒவ்வொருத்தனும் நான் ஒன்னைவிட ஒசந்தவன்னு சொல்லிகினு திமிரு காட்டறது தப்பில்லே.”

“எத்தன சாதி வேணாலும் இருந்துட்டுப் போவுட்டும் ஆனா ஒரு சாதி ஒசத்தி மட்டமுன்னு ஆரு பிரிச்சி வைச்சது?”

“கௌரி...அல்லா சாதியையும் நாலு வர்ணத்தில் அடக்கி இருக் காங்க. முதல் வர்ணம் பிராமணந்தான் ஒசந்த சாதி. ஒவ்வொரு வர்ணத்திலயும் எத்தினியோ சாதி இருக்கு. ஆனா ஒரு சாதி இன் னொரு சாதிக்கு சமமில்லே..”

“ஐயோ.. தலையை சுத்துது மாமா..”

“இப்டிச் சொன்னா ஒனக்குப் புரியும். நாலு வர்ணத்தில நாலா வது வர்ணந்தான் சூத்திரன். நாயக்கரு, நாயுடு, முதலியாரு, நாடாரு அல்லாரும் சூத்திரந்தான். ஏன்! கீழ்சாதி, தொடக்கூடாதுங்கிற அரிஜனன், பறையன் அல்லாரும் சூத்திரன்தான்.”

“இம்மா சாதியிம் சூத்திரன்னு சொன்னா, சூத்திரன் அல்லா ரும் ஒத்துமையா இருக்க வேண்டியதுதானே மாமா..”

“சிலசாதி மட்டமின்னு ஆயிரம் வருசமா சொல்லி வைச்சிருக் கானுங்க. அல்லா சூத்திர சாதியும் சமமின்னு இருந்தா, சனங்க ஒத்துமையா இருந்துடுவாங்கன்னு சுயநலக்கூட்டம் செஞ்சு வைச்ச சதிதான் இந்த வர்ணம் சாதி மசுரு எல்லாம்.”

“சாதிய எப்பிடி பிரிச்சாங்க?”

“அது ஒன்னுமில்லே, எவ எவன் இன்னா இன்னா தொழியில் செஞ்சானோ அவன் தலையிலே ஒரு சாதிய கட்டிபுட்டானுங்க.”

“அரிஜனங்க இன்னா தொழில் செஞ்சிட்டிருந்தாங்க?”

“அரிஜன, ஆதிதிராவிடர், பறையன் இவுங்கதான் இந்த மண் ணுக்கு மூத்தகுடி. காடு நெலத்திலியும் உழுது பொழைச்சவங்க.

பின்னால வந்த ராஜாங்க இவங்க நெலத்தையெல்லாம் புடிங்கிட்டாங்க. சொந்த நெலத்தில உழச்சவங்க அப்பால யாருயாரு நெலத்திலியோ உழச்சி பொழைச்சாங்க. தங்களுக்குன்னு சொந்த நெலமில்லாம இன்னிய வரிக்கும் ஆதிதிராவிட சனங்க கூலி வேலை செஞ்சித்தான் காலத்த ஓட்டுறாங்க."

"ஐயோ.. பாவங்க..!"

"இவுங்கள மேல கொண்டுவரத்தான் குடியிருக்க வீடு, இல வசமா படிப்பு, வேலைக்கு ரிசர்வேஷன்னு கவர்மெண்ட் கொண்டாந்திருக்கு. படிச்சுட்டு முன்னுக்கு வந்து நாகரீகமா கவுரமா வாழுறவுங்கள நானே பாத்திருக்கே."

"நீ சொன்னாப்பில அத்தை கூட படிச்சி வேலைக்குப் போயிருந்தா இன்னும் நல்லா இருந்திருப்பாங்க.. இல்லே.."

"இப்ப மட்டும் இன்னா. அம்மா நல்லாத்தானேகீறாங்க."

"ஏன் தப்புதான் மாமா, இத்த கேள்விப்பட்டதும் எனக்கு ஒரு மாரியா ஆயிடுச்சி. இவுங்க பெரிய சாதி இவுங்க சின்னசாதின்னு கேட்டுக்கேட்டுப் பழகி போனதால சட்டுன்னு அப்பிடி நெனைக்க தோணுது."

"சரி சரி.. இந்த விஷயத்தை ஒங்க வூட்டுல சொந்தகாரங்கிட்ட சொல்ல வேணாம். நான் பயந்துகினு சொல்லுல. வீனா இத்தப் பத்தி பேசிகினு இருக்க வேணாமுன்னுதான் சொல்றே."

"சத்தியமா நான் ஆறுகிட்டேயும் சொல்ல மாட்டே போதுமா."

கௌரி தன் வளையல் காப்பு முதல் நாள் இரவு பூபதியிடம் சொன்னபடி இன்றுவரை கடைப்பிடிக்கிறாள். கால ஓட்டத்தில் சாதியைப் பற்றிய உணர்வுகள் மெல்லமெல்ல மறைந்துவிடும் என்ற நம்பிக்கை. பூபதிக்கு ஒரு பையனும் ஒரு பெண்ணும் உள்ளனர். கடுமையான உழைப்பால் மானாமதியில் சொந்தமாக வீடு கட்டினான். எலக்ட்ரீஷன் பிளம்மர் தொழிலாளியாக இருந்தவன் கட்டிட கான்ட்ராக்டராக உயர்ந்துவிட்டான்.

வாழ்க்கையில் எல்லா வகையிலும் பூபதி முன்னேற்றம் கண்டாலும், இன்றும்கூட அவனோடு பழகும் சகதோழர்களின் பேச்சுக்கிடையே அவன் தாய் தாழ்ந்தசாதி என்கிற பேச்சு இடம் பெறத்தான் செய்கிறது.

●

வழுக்கல்

சரோஜா... நாங்க போயிட்டிருக்கோம் நீ வா.. என்று வாசலுக்கு முன்பு நின்று அழைத்துவிட்டு மணிமேகலை, தாமரை, லட்சுமி, தேவி நால்வரும் மண்வெட்டி கூடை சகிதம் ஏரி வேலைக்குச் சென்றுகொண்டிருந்தனர். ஒன்பது மணிக்கெல்லாம் சென்று பெயரைப் பதிவுசெய்தாக வேண்டும். அந்தக் காலை வேளையில் சரோஜாவுக்குத் தலைபோகிற வேலை ஒன்றுமில்லை. ஏரி வேலைக்குப் போகலாமா வேண்டாமா என்ற குழப்பத்தில் நேரம் கடந்துவிட்டது. வத்தலகுண்டு வரை போய் வரவேண்டும், அதுபற்றிய சிந்தையிலேயே இருந்துவிட்டாள். இன்னும் இரண்டு நாள் வேலைக்குப் போனால் ஆயிரத்து இருநூறு ரூபாய் கிடைக் கும். அதை ஏன் விடுவானே என்று கிளம்பினாள். வீட்டில் மாமி யார் மட்டுந்தான். ஒரு பசு, கன்று குட்டி, மூன்று ஆடுகள் இவை களைப் பராமரிக்கக்கூடிய வேலைதான் சரோஜாவுக்கு. காலை உணவை மாமியாருக்குத் போட்டு வைத்துவிட்டு மண்வெட்டி, கூடையோடு தெருவுக்கு வந்தாள்.

முன்னே செல்லும் தோழிகளைப் போய்ப் பிடிக்க வேண் டும். இன்று வேலைத்தடம் எங்கே என்று தெரியாது. பிள்ளையார் கோயிலுக்கு முன் எல்லோரும் கூடி இருந்தனர். முப்பது நாற்பது பெண்களுக்கு மேலிருப்பார்கள். பணி தளப் பொறுப்பாளர் மனோரமா கையில் நோட்டுபுத்தகத்தை வைத்துக்கொண்டு வந்தி ருப்போர் பெயரைப் பதிவு செய்தாள்.

“ஏங்க்கா.. வூட்டுலே என்னா அம்புட்டு சோலியா..”

“இல்லடி.. வத்தலகுண்டு போயி மூக்கையனைப் பாத்துட்டு வாரனுமுன்னு இருந்தே”

“எந்த மூக்கையன.. எதுக்குப் போவனுமின்னு இருந்தே..”

“வட்டிக்கு குடுத்திருக்கிற பணத்தைக் கேக்கதான்..”

“நீ எப்புடி இவிங்கள நம்பி வட்டிக்குப் பணம் குடுக்கறியோ.. ஊருலே எம்புட்டு பயலுக ஏமாத்திபுட்டான்னு டிவியில காட்டு றாகளே பாக்கலியா.”

“அல்லாருமா ஏமாத்திடுவாக.. ஒரு நம்பிக்கைதா..”

“சரி.. பணத்துக்கு என்னா முடை இப்ப ஒனக்கு”

“அண்ணன் பையனுக்குக் கல்யாணம் வைச்சிருக்காக. அவு களுக்கு சீர் செய்ய வேணாமா..”

“ஆமாண்டி.. ஒனக்குப் பெருசா சீர் செஞ்சுட்டா ஒண்ணே.. அவே பிள்ளைக்கு நீ செய்யி.. போடி கேனச்சி..” வயதில் மூத்த ஒருத்தி சொல்லி இடித்தாள்.

எல்லோரையும் பெரிய கருப்புசாமி குளத்துக்குப் போகச் சொன்னாள் பணிதளப் பொருப்பாளர் மனோரமா. ஒவ்வொரு வருக்கும் இத்தனை மீட்டர் என்று அவள்தான் அளந்து ஒதுக்கு வாள். ஏரிக் கரையிலுள்ள, செடி, கொடி, புல் அனைத்தையும் வெட்டி சுத்தப்படுத்தப்பட வேண்டும். ஏரித் தண்ணீர் வற்றினால் மண் எடுத்துக் கரையில் போடலாம் என்று பிடிஓ அலுவலகத்தில் சொல்லி இருக்கிறார்கள்.

சரோஜா அவள் தோழிகளுக்கும் சேர்ந்த மாதிரி பக்கத்து பக்கத்தில் இடம் ஒதுக்கப்பட்டது. ஒவ்வொருவரும் தங்களுக்கான இடத்தில் தனித்தனியே வெட்டுவதற்குப் பதிலாக லட்சுமியும் தேவியும் சேர்ந்து எல்லோருக்குமாக வெட்டத் தொடங்கினர். இருவரும் வேலையில் படு சுட்டி. லட்சுமி ஆண்களுக்கு இணை யாக செய்வாள். இருவருக்கும் இன்னும் திருமணம் ஆகவில்லை. தேவியைவிட லட்சுமி நன்றாக உருண்டு திரண்டு வாலிபப்பெண் மாதிரி இருப்பாள். இந்த வயதிலேயே தேக்குமரம் மாதிரி உடம்பு. அவள் திருமணத்தைப் பற்றிப் பேச்சு எழும்போதெல்லாம் தோழி கள் கேலி செய்வார்கள்.

“லட்சுமிக்கு காசு பணம், காடு கரை இருக்கிற மாப்பிள்ளையா பாத்தா போதாது.”

“பொறவு எப்படி பாக்குனுங்கிறீக..”

“நல்லா மொரட்டு தூணாப் பாக்கனும்..”

“அதை எப்படிடி பாப்பே..”

“ஏய் போங்கடி போக்கத்தவுகள, பேச்சைப் பாருங்க..”

“ஏம் மதனி அப்புடி என்னத்தே பேசிப்புட்டோம்..”

“அவுளுக்கு ஏத்த ஆளா பாக்கனுமின்னு சொன்னோம்.”

“அதெல்லாம் அவ அவ வாங்கிவந்த வரம் எப்புடியோ அப்புடி தான் புருசன் கெடைப்பான்.”

“அந்த வரம் எங்கிட்டு கெடைக்குமுன்னு சொல்லு..”

“அல்லாரும் புருஷங்கூட படுத்து பிள்ளைய பெத்திருப்போம். எத்தனை புருஷன், பொண்டாட்டிய முழுசா சந்தோஷமா வைச் சிருப்பானுங்கே. அவே அவே வேலை முடிஞ்சா போதும் அடுத்த நிமிசம் கொரட்டையுட்டுத் தூங்கிடுவாங்கே.”

“தூங்காம பொண்டாட்டி கை கால அமுக்கிவிடனுமா..”

“ஏன்டி இவிகளுக்குப் பேசறதுக்கு விசயமே இல்லையாடி, ஏன் ஆத்தா…நீ ஓ வயசுல நல்லா அனுபவச்சிட்டு இப்ப வந்து இந்தக் கதைய சொல்றீகளா..”

அந்த முதியவள் சொன்னது பலருக்குப் புரியவில்லை என் றாலும் சரோஜாவுக்குப் புரிந்தது. ஆண் பெண் சேர்க்கையில் பெண் கள் சுகத்தின் உச்சத்தை அடைவதில்லை. அடையும் வகையில் ஆண்கள் இயங்குவதில்லை. இந்த உணர்வு பெண்களுக்கிடையே பேசப்படுவதில்லை சொல்ல அசூசைபடுவார்கள். அது குறையாக இருந்தாலும் அதற்காக எதிர்வினை ஆற்றுவதில்லை. குடும்ப ஒழுக்க மீறல் அவர்களைக் கட்டிப் போட்டுவிடும். பசிக்கு அரை வயிறு சாப்பிட்டுவிட்டுத் தூக்கமில்லாமல் உழலுகிறவன் கதை தான். மண வாழ்க்கையில் பெண்களை பாதை வழுக்கிச் செல்லத் தூண்டுவதும் இந்த விஷயமே.

ஏரி வேலைக்கு எல்லா வயதுப் பெண்களும் வருவார்கள். ஒத்த கருத்துள்ளவர்கள், ஒரே தெருவைச் சேர்ந்தவர்கள், ஒரே வயதைக் கொண்டவர்கள் என்று பிரிவுகள் உண்டு. அன்றாடக் குடும்ப விஷயங்களைப் பேசுவார்கள், பெற்றோர்களைப் பற்றி, கண வன்மார்களைப் பற்றி, உடல் நலமில்லாத உறவுகள், திருமணம், சாவு காரியங்களைப் பற்றிப் பேசுவார்கள். அண்மையில் பார்த்த திரைப்படம் பற்றியும், கோயில் திருவிழாவில் நடந்த கூத்து நிகழ்ச்சி பற்றியும் பேசப்படும். எல்லாவற்றையும்விட ஆண் பெண் சேர்க்கை பற்றி பேச்சு எழுந்தால் கிலுகிலுப்போடு கேலியும் கிண் டலும் அந்த இடமே குதூகலமாயிருக்கும். இடையிடையே குடி காரக் கணவனைப் பற்றி, கள்ள புருஷன், வைப்பாட்டி நடவடிக் கைகள் பற்றியும் பேச்சு எழும்.

சில பெண்கள் சொல்லும் விஷயத்தை உடல்மொழியோடு செய்துகாட்டும் போது கைவேலையை நிறுத்திவிட்டு உட்கார்ந்து சிரித்து மகிழ்வார்கள். ஏரி வேலை பெண்களுக்குத் தங்கள் குறை களை வெளியே கொட்டி ஆறுதல் பெறும் பெரும் வாய்ப்பாக அமைந்துள்ளது என்பது உண்மை. தங்களுக்குத் தெரியாத தகவல் களைப் பெறும் இடமாகவும் விளங்குகிறது. நான்கு மணி நேரம்

செய்யக்கூடிய வேலையை இரண்டு மணி நேரத்தில் முடித்துவிட்டு மர நிழலில் அமர்ந்து மீதி நேரத்தைக் கழித்துவிட்டு வீடு திரும்புவார்கள்.

சரோஜாவுக்கும் மணிமேகலைக்கும் ஒரே வயதுதான். மணிமேகலைக்குப் பத்து வயதில் ஐந்து வயதில் பையன்கள் இருக்கிறார்கள். சரோஜா கைம்பெண். கணவன் ஆவுடையான் மறைந்து ஏழெட்டு வருடமாகப் போகிறது. வத்தலகுண்டில் ஒரு ஹோட்டலில் மேற்பார்வையாளனாக வேலை பார்த்தான். டவுனில் பிழைப்பு நடந்ததால் குடிப்பழக்கம் சர்வ சாதாரணமாகத் தொற்றிக்கொண்டது. திருமணமாகி சரோஜாவை வத்தலகுண்டில் கொண்டுபோய் வைத்து இரண்டு வருடம் குடும்பம் நடத்தினான். டவுனில் அவன் நண்பர்களின் பழக்க வழக்கங்கள் சரோஜாவுக்குப் பிடிக்கவில்லை. அதைவிட கிராமத்தைப் போல வெள்ளேந்தியாகப் பேசிப் பழகும் மக்களைத் தேட வேண்டிய இருந்தது. அதனால் மனைவியை கிராமத்தில் வைத்துவிட்டு ஆவுடையான் வாரம் ஒரு முறை வந்து போவான். இரண்டு வருட தாம்பத்தியத்தில் பிள்ளை இல்லை. அதைப் பற்றி கணவன் கவலைப்படவுமில்லை. குடிபோதையில் ஒரு நாள் இரவு லாரியில் அடிபட்டு இறந்து போனான். ஊர் அழுதது, உலகம் அழுதது. அவளைச் சுற்றி பெண்களும் ஒப்பாரி சொல்லி அழுதார்கள். சரோஜா கண்களிலிருந்து நீர் வழிந்ததே ஒழிய கணவன் பிணத்தின் மேல் விழுந்து கதறி அழவில்லை. தரையில் தலையை மோதிக்கொண்டு துடிக்கவில்லை. எல்லாச் சடங்குகளும் நடந்தன. மகளின் வாழ்க்கை போய்விட்டதே என்று பிறந்த வீட்டார்கள் அழுது துடித்தனர். காரியம் ஆச்சு, கருமாதி ஆச்சு, மாமன் மச்சான்மார்கள் சாராயத் தோடு கறிசோறு சாப்பிட்டுச் சென்றார்கள்.

கைம்பெண் வேஷத்தை சரோஜா ஏற்கவில்லை. பெற்றோர்கள் பிறந்த வீட்டிற்கு அழைத்தனர். சரோஜா போகவில்லை. விதவை மாமியார் இருக்கிறாள். எப்போதாவது வந்து எட்டிப் பார்த்துச் செல்லும் நாத்தனார் இருக்கிறாள். தான் தொடர்ந்து வாழ வேண்டிய இடம் இதுவே என்று முடிவெடுத்தாள். பெற்ற மகன் போய்விட்டானே, இனிமேல் என் கதி என்னாகுமோ என்று அழுது புரண்ட மாமியாருக்காகக்கூட இல்லை, தனக்காகவே புருஷன் வீட்டில் தங்கிவிட்டாள். தன் கணவன் ஆவுடையானோடு கழித்த இரவுகள் எதுவும் அவளுக்கானது அல்ல. அவனாவது சுகப்பட்டான் என்றால் இறந்து போனவனைக் கேட்டால்தான் தெரியும். காமம் என்கிற சொல் விரசமாகத் தோன்றலாம். அது

தான் ஆணையும் பெண்ணையும் இழைத்து இயங்க வைக்கிறது. காமத்தின் தொடக்கம் எளிதில் தீப்பொறிப் போல பற்றிக்கொண் டாலும் உச்சமென்று ஒன்று இருக்கிறதே. எல்லாப் பெண்களும் கடந்து வரக்கூடியதுதானே என்று ஒதுக்கிவிட முடியாது.

சரோஜா கைம்பெண்ணான ஒரே ஆண்டில் அவளை அடைய சிலர் முயற்சித்தனர். சமுதாயத்தில் தவிர்க்க முடியாதது தான். பலராலும் மதிக்கக் கூடிய ஓரிருவரும் இந்தப் பட்டியலில் இருக்கிறார்கள். சரோஜா விரும்பியிருந்தால் அவர்கள் ஆசை நிறைவேறி இருக்கும். பிள்ளையார் கோயில் தெரு தர்மாம்பாள், கருப்பதேவரை வைத்திருக்கிறாள். இருவருக்கும் குடும்பமிருக்கிறது. ஆனாலும் ஊரில் இந்த விஷயம் பெரிதாக எடுத்துக்கொள்ளப் படவில்லை. கணவனுக்குத் தெரியாமல் மனைவியும், மனைவிக் குத் தெரியாமல் கணவனும் இலைமறைவு காய்மறைவாகக் குடும்ப அத்துமீறல்கள் இருக்கத்தான் செய்கின்றன. சரோஜா இந்த விஷ யங்களை மிக நன்றாகப் புரிந்துகொண்டாள். அன்றாடம் குடல் பசி எடுக்கும் போது உடற்பசி இல்லாமல் போய்விடுமா என்ன? சில ஆண்களைப்பார்த்து ஆசைப்படுவாள். சிலரை வெறுப்பாள். எல்லோரும் ஆண்கள்தான். ஆண் தோற்றத்தில் ஆண்மை நிரம் பியவனை இனம் கண்டுகொள்ளும் திறமையை இயற்கை பெண் களிடம் ஒப்படைத்துவிட்டது.

சரோஜா ஒரு முறை வடபட்டிக்குப் போயிருந்தாள். அங்கே மாமா, அத்தை உறவுக்காரர்கள் இருந்தார்கள். அவர்களுக்கு பாண்டிதுரை என்கிற பையன். மூத்தவன் திருமணமாகி திண்டுக் கல்லில் வேலையில் இருக்கிறான். சரோஜா அந்தத் திருமணத்திற்கு வந்தபோது பாண்டிதுரைக்குப் பதினைந்து வயதிருக்கும். டிப்ள மோ எஞ்சினியரிங் படித்துவிட்டு வேலைக்காகக் காத்துக்கொண் டிருக்கிறான். மாலையில் ஊருக்குக் கிளம்பிய சரோஜாவை, தங்கி விட்டு காலையில் போகலாமென்று தடுத்துவிட்டனர். இரவு அவளுக்காகக் கோழிக்கறி சமைத்தனர். சரோஜாவை மதனி என்று கூப்பிடவே பாண்டிதுரை சங்கோஜப்படுவான். இரவு இரண்டாவது திரைப்படக் காட்சி பார்க்க சரோஜாவும், அத்தை யும் கிளம்பியபோது துணைக்குப் பாண்டிதுரையும் சென்றான்.

பாண்டிதுரையை விடலைப் பையனாக சரோஜா பார்த்தது நன்றாக வளர்ந்திருந்தான். சீரான தாடி, மீசை, வெள்ளை வேட்டி சட்டை என்று வசீகரமான ஆண் பிள்ளையாக அடையாளம் காட்டிற்று. படம் பார்த்துவிட்டு வீடு திரும்பி படுக்கும்போது

ஒரு மணிக்கு மேலாகிவிட்டது. வெளி வராந்தாவில் அமர்ந்திருந்த சரோஜாவை உள்ளே வந்து படுக்கும்படி அத்தை அழைத்தாள். 'தூக்கம் வர்ல அத்தை, சத்தநேரம் ஒக்காந்துட்டு வாரே..'' என்று பதிலுரைத்தாள். வராந்தா கோடியிலுள்ள மரபெஞ்சில் பாண்டிதுரை படுத்துத் தூங்க முயன்றான். திரைப்படத்தில் பார்த்த நெருக்கமான படுக்கையறை காட்சி, சரோஜாவின் மனதில் கிளர்ச்சியை மூட்டிவிட்டது.

கொசுவின் ரீங்காரத்தைத் தெருவில் கும்பலாகக் கத்திய நாய்களின் சத்தம் அடக்கியது. பதினைந்து நிமிடத்துக்கு மேல் இருட்டில் சுவரில் சாய்ந்தபடி அமர்ந்திருந்தவள் மெல்ல நகர்ந்து பாண்டிதுரை பெஞ்ச் அருகில் சென்றாள். அவள் கை அவனின் தலைமுடியைத் துழாவியது. அமைதியாக இருந்தான். அவள் கை மெல்ல முன்னேறி அவன் தாடையைத் தடவி ரோமத்தை இழுத்துவிடவே, அவனுள்ளிருந்து காமம் தலை நீட்டியது. அவள் விரல்கள் மேலும் முன்னேறி அவன் உதட்டைக் கிள்ளவே எழுந்தான். அதற்காகவே காத்திருந்தவள் போல அவனைத் தழுவினாள். பாண்டியின் திரேகம் நடுங்கிற்று. நரம்புகள் புடைக்க உடம்பில் சூடேறியது. அவளை இறுக்கி அணைத்து முத்தமிட்டான். அவன் கைகள் ரவிக்கைக்குள் நுழைந்தது. பெஞ்சில் ஓசை படாமல் இருவரும் படுத்தனர். பாண்டிக்கு இதுதான் முதல் அனுபவம் என்பதால் அவளே உதவினாள். நடுக்கத்தோடு அவன் இயங்கியது அவளுக்குச் சிரிப்பை வரவழைத்தது. அவன் உதடுகளை மெல்லக் கடித்து வேகத்தை அதிகரிக்க வழி செய்தாள். முடிவில் அவளுக்கு மயக்கம் வந்ததோ இல்லையோ, பாண்டிக்கு களைப்பும் மயக்கமும் வந்துவிட்டது. பாண்டியைத் தழுவியபடி படுத்திருந்தவள் எப்போது உள்ளே போனாள் என்று தெரியாது.

காலையில் தூக்கம் கலைந்து பாண்டிதுரை எழுந்தபோது சரோஜா ஊருக்குக் கிளம்பிக் கொண்டிருந்தாள். அவளை பஸ் ஏற்றிவிட்டுவரும்படி பெற்றோர்கள் அவனிடம் சொல்லவே கிளம்பினான். தன் பசிக்கு என்னைப் பயன்படுத்திவிட்டாளே என்று சரோஜா மேல் லேசான கோபமிருந்தது. அவளோடு நடந்து சென்ற சிறிது நேரத்தில் அந்தக் கோபம் மறைந்துவிட்டது. மதனி கணவனை இழந்தவளாச்சே என்று எண்ணியபோது அவள்மேல் பரிவு ஏற்பட்டது. அதைவிட ஆசையும் காமமும் அதிகமாகவே ஏற்பட்டது. அவனைவிட சரோஜா பத்து வயது மூத்தவள். காமம் வயதைப் பார்த்து வருவதில்லை.

இந்துசெல்லா • 85

“இனிமே ராத்திரியில தூக்கமில்லாம கெடக்கப்போறே மதனி..”

“அத்தைகிட்ட சொல்லி சீக்கிரம் கல்யாணம் பண்ணி வைக்கச் சொல்றே.”

“ஆமாமா வேலையில்லாத வெட்டிப் பயலுக்குக் கல்யாணம் வேறயா..”

“சீக்கிரம் வேலை கெடைச்சுடும்..”

“அது கெடைக்கறப்போ கெடைக்கட்டும். நான் ஒங்க ஊருக்கு வருவே..”

“எதுக்கு..”

“என்னது எதுக்கா? நான் பைத்தியம் புடிச்சி செத்தே போயிடுவேன்..”

“இப்பவே பைத்திய மாரித்தே பேசுறே..”

“மதனி.. ஒங்கள என்னால மறக்க முடியாது..”

“மறந்துதா ஆவனும், சமயம் கெடைக்கறப்போ ஊருக்கு வருவேன்..”

“நீ எப்ப வருவே அதுவரிக்கும் நான் காத்துட்டு இருக்க முடியாது..”

“புத்திசாலியா நடந்துக்கனும்..”

“ப்ளீஸ்.. மதனி அடுத்த வாரம் நான் ஒங்க ஊருக்கு வர்ரே..”

“இந்த வேலை எல்லாம் வைச்சுக்கக்கூடாது; வூட்டுல மாமியாரு இருக்காக, அக்கம்பக்கத்திலே கேட்பாக, நடக்கற கதையப் பாரு.”

“சும்மா இருந்த சங்கை ஊதிக் கெடுத்தானாம் ஆண்டிங்கிற மாரி, என்னிய தவிக்க விட்டுட்டுப் போறீக..”

“படிச்ச பிள்ளையா நடந்துக்கோ.. என்னால இம்புட்டுதான் சொல்ல முடியும்!”

பஸ்டேண்டை நெருங்கினர். பேச்சு நின்றது. சற்றுநேரத்தில் பஸ் வந்தது. “வர்ரே தம்பி..” சொல்லிவிட்டு ஏறி அமர்ந்தாள். அவளையே இமைக்காமல் பார்த்து நின்றவனின் கண்கள் கலங்கி விட்டன. பஸ் நகரும் போது திரும்பிப் பார்த்து கையசைத்தாள். அவளுக்கு நெஞ்சை அடைப்பது போலிருந்தது. பஸ் மறையும் வரை நின்று பார்த்தவனின் கால்கள் தோய்ந்தன. பக்கத்துக் கடையிலுள்ள பெஞ்சில் உட்கார்ந்தான். வேட்டி முனையை எடுத்து விழிகளைத் துடைத்தான்.

இதற்குப் பிறகு ஒருமுறை சரோஜா, பாண்டி வீட்டிற்குப் போயிருந்தாள். அவள் கண்கள் பாண்டியைத் தேடின. அவன் கோயம்புத்தூரில் வேலையில் இருக்கிறான் என்கிற செய்தி சிறு ஏமாற்றத்தைத் தந்தது. ஒரு நாள் அவள் வீட்டு விலாசத்திற்குப் பாண்டி கடிதம் எழுதியிருந்தான். சரோஜா பதில் எழுதவில்லை. பதில் எழுதி அவன் மனதில் ஆசையை வளர்க்க வேண்டாமென்று தவிர்த்தாள். கைம்பெண்ணாக அவள் செய்தது அவளைப் பொறுத்தமட்டில் சரியாகவே பட்டது.

இரண்டு வருடத்திற்குப் பிறகு பாண்டிதுரைக்குத் திருமணம் நடந்தது. அதில் கலந்துகொண்ட உறவுகளில் ஒருத்தியாக சரோஜாவும் கலந்துகொண்டாள். கல்யாண மாப்பிள்ளையாக சரோஜாவைப் பார்த்து 'மதனி சுகமா இருக்கீகளா.." என்று விசாரித்தான். பதிலுக்கு அவளால் சிரிக்க மட்டுமே முடிந்தது. அவன் விசாரிப்பில் முதிர்ச்சி தெரிந்தது. அன்று சரோஜாவை பஸ் ஏற்றி விட்டு கலங்கி நின்ற பாண்டிதுரையைத் தேடவேண்டியிருந்தது.

கணவனை இழந்த பிறகு அத்தனை துணிச்சலோடு ஒரு ஆணைத் தேடி, கலந்தது பாண்டித்துரையோடுதான். பாண்டி உறவுக்காரன். தன் வலியைப் புரிந்துகொள்வான் என்றே உரிமையோடு வலிய அழைத்தாள். அந்த இரவுக்கு பாண்டி எத்தனை மரியாதை வைத்திருக்கிறானென்று எண்ணிப்பார்த்தாள். அடிமனதிலிருந்து ஆற்றாமை கலந்த சிரிப்பு அவளிடமிருந்து வந்தது. காமத் தீ திராவகம் மாதிரி பல நேரங்களில் உடல்முழுக்க எரியும். அதை அணைக்க ஒரு ஆண் தேவைப்பட்டது. தேவைப்பட்ட எல்லாப் பொருள்களையும் காசு கொடுத்தோ அல்லது இரவலாகக்கூட பெற்றுவிடலாம். மனம் வைத்தால் அவளுக்குத் தேவையானது எளிதில் கிடைக்கலாம். ஆனால், சில காரணங்களால் தவிர்த்தாள்.

வத்தலகுண்டில் கணவன் ஆவுடையானின் நண்பன் மூக்கையனிடந்தான் சரோஜா கொஞ்சம் பணத்தை வட்டிக்குக் கொடுத்திருந்தாள். அவனைப் பார்க்கச் செல்லும் போதெல்லாம் மலைச்சாமியையும் சந்திக்க நேரிடும். மலைச்சாமி கொஞ்சம் வசதியானவன். மலைச்சாமிக்கு ஆவுடையானும் பழக்கமானவன் தான். ஒருமுறை மூக்கையனைச் சந்திக்க முடியாமல் ஏமாற்றத்துடன் திரும்பிக்கொண்டிருந்தாள் சரோஜா. வழியில் அவளைக் கண்டு விட்ட மலைச்சாமி வீட்டுக்கு அழைத்தான். அவள் மறுத்தாள். வலியுறுத்தி அழைத்ததால் சென்றாள். பிரம்மாண்டமான அவன்

வீட்டைப் பார்த்துத் தயங்கி நின்றாள். கூட்டிச் சென்று மனைவி பிள்ளைகளுக்கு அறிமுகப்படுத்தினான். கிளம்பி வரும்போது அடிக்கடி வந்து போகும்படி கேட்டுக்கொண்டான். அவ்வளவு பெரிய பங்களா வசதியிருந்து என்ன பயன்? மனைவி காசநோயால் எலும்பும் தோலுமாய் நின்றாள். அவளோடு சரோஜா கலகலப்பாகப் பேசமுடியவில்லை. வீட்டிற்கு வந்து இரண்டு நாட்கள் மலைச்சாமியின் மனைவி கண்களுக்கு முன்னேயே நின்றாள்.

மலைச்சாமியைச் சந்திக்கும் போதெல்லாம் மனைவி பற்றி விசாரிப்பாள். அவன் அதற்குப் பதில் சொல்லும் விதம் வருத்த மளித்தது. அதுவே அவன் மேல் ஒரு ஈர்ப்பை ஏற்படுத்திற்று. ஒரு முறை மலைச்சாமி, சரோஜா ஊருக்கு யாரையோ பார்க்க சென்றிருந்தான். அப்போது பளிச்சென்று தெரிந்த சரோஜாவின் ஏழ்மையைப் புரிந்துகொள்ள முடிந்தது. அடுத்த முறை அவளைச் சந்தித்தபோது பணம் கொடுத்தான். அவள் வாங்க மறுத்துவிட்டாள். ஆனாலும் அவன் மேல் ஒரு லயிப்பு இருந்தது. தங்கள் சாதிக்காரர்களுக்கே அடையாளமான மீசை, அதுவும் கீழ்தாடை வரை வந்து மேலே முறுக்கி நிற்கும் அழகே அழகுதான். வயது நாற்பது என்றாலும் நல்ல வசீகரமான வாலிபத் தோற்றம். வாலிபப் பெண்கள் ஆசைகொள்ள வைக்கும் மிடுக்கான நடை உடை பாவனைக்குச் சொந்தக்காரன்.

ஒரு நாள் வத்தலகுண்டுக்குப் போன சரோஜா மாலையில் ஊர் திரும்ப முடியாமல் மாட்டிக்கொண்டாள். சாதித் தகராறு, சாலை மறியல் என்று ஊரே அல்லோகலப்பட்டது. பஸ், கார், வாகனங்கள் எதுவும் ஓடவில்லை. போராட்டக்காரர்கள் பல இடங்களில் கல் எறிதலில் ஈடுபட்டதால் பொது இடங்களில் மக்கள் ஓடி ஒளிந்து கொள்ளும் நிலைமை ஏற்பட்டது. பொழுது இருட்டுகிற நேரம். என்ன செய்வதென்று தவித்த சரோஜாவின் கால்கள் மலைச்சாமியின் வீடு நோக்கி நடந்தன. அவள் வீட்டை அடையும் போதுதான் மோட்டார் பைக்கில் வந்த மலைச்சாமியும் உள்ளே நுழைந்தான். சற்றும் எதிர்பாராத சந்திப்பு. அவளைக் கண்டதும் மனதில் ஒரு குறுகுறுப்பு, உள்ளே அழைத்துச் சென்றான். மனைவி ஊருக்குப்போயிருந்தாள். பையனும் பெண்ணும் சரோஜாவிடம் பேசிக்கொண்டிருந்தனர். இரவு அங்கேயே தங்கி காலையில்தான் போகமுடியுமென்கிற நிலைமை. இரவு உணவுக்குப்பிறகு கிச்சனுக்குப் பக்கத்திலுள்ள படுக்கை அறையில் தங்கச் சொன்னான். அவளுக்கு சங்கோஜமாகத்தான் இருந்தது. அதைப்

புரிந்துகொண்ட மலைச்சாமி, கூச்சப்படாமல் சங்கடப்படாமல் சொந்த வீடாக நினைத்து நன்றாகத் தூங்கச் சொன்னான். மற்றொரு படுக்கை அறையில் உடல் சுகமில்லாத தாயார் படுத்திருந்தாள். பிள்ளைகளும் அவனும் மாடியிலுள்ள அறையில் படுத்து கொண்டனர்.

பஞ்சு மெத்தை கட்டிலில் படுத்த சரோஜாவுக்குத் தூக்கம் வரவில்லை. வெகு நேரம் உருண்டும் புரண்டும் படுத்து பார்த்தாள். நேரம் நடுநிசியைக் கடந்திருக்கும். தாழ் போடாத அறைக் கதவு மெல்லத் திறந்தது. நைட் லேம்ப் வெளிச்சத்தில் மலைச்சாமி நின்றுகொண்டிருந்தது தெரிந்தது. சட்டென்று சரோஜா எழுந்து கொண்டாள். கைசாடைக் காட்டி உட்காரச் சொன்னான். கட்டிலின் ஓரத்தில் உட்கார்ந்தாள்.

"தப்பா நெனைக்காத சரோஜா.. என்னிய மீறி ஏதோ ஒன்னு இங்ஙன தள்ளிட்டு வந்திடுச்சி.."

அவளிடமிருந்து எந்த அசைவுமில்லை. அவனே தொடர்ந்தான்,

"அவுளுக்கு உடம்பு முடியாமப் போயி நாலு வருசமாச்சு. நம்ம வசதிக்கு எப்படி வேணாலும் இருந்திருக்கலாம். ஆரும் கேக்கப் போறதில்லே.."

மூச்சை இழுத்து வெளிவிட்டுவிட்டு அவளைப் பார்த்தான். எந்தத் தயக்கமும் இல்லாமல் அவன் பார்வையை எதிர் கொண்டாள். அவன் பார்வையில் காமம் தெரியவில்லை. தாய்ப் பாலுக்கு ஏங்கி நிற்கும் குழந்தையின் ஏக்கம் தெரிந்தது.

"மனசுல சபலம். உன்னிய தேடி வந்துட்டேன். ஒனக்கு இஷ்டமில்லேன்னா.. பரவாயில்லே.."

சொல்லிவிட்டு அவளையே பார்த்தான். வெளியுலகத்தில் எல்லோராலும் மதிக்கப்படக் கூடியவன், யாசிப்பவன் போல அவளைப் பார்த்த பார்வை சட்டெனக் கரையச் செய்தது. அவளுக்குத் தேவையானபோது கிடைக்காத அது வலிய வந்து நின்றது. அவளிடமிருந்து மறுப்பிற்கான அசைவும் இல்லாததால் மெல்ல நகர்ந்து அவள் கையைப் பற்றினான். இன்னொரு கையால் அவள் தோளை வளைத்துத் தன்னோடு சேர்த்துக்கொண்டான். அவள் மாராப்பு சரிந்தது. அவன், அவள் ஆடையைக் களைய எத்தனித்த போது, சிரமம் கொடுக்காமல் அவளே களைந்தாள். குழந்தைபேறு எட்டாத திமிறி நின்ற மார்புகள் அவனை வெறி கொள்ளச் செய்தன. எத்தனை முறை என்று தெரியாது. விடியற் காலையில் இருவரும் பிரிந்தனர்.

முன்னெப்போதும் அடையாத சுகத்தில் மூழ்கிப் போனவள் நன்றாக விடிந்தும் தூங்கிப் போனாள். சமையல்காரப் பெண் வந்து எழுப்பினாள். குளியலறையில் வெண்ணீர் வரும் பைப்பைச் சுட்டிகாட்டி, குளித்துவிட்டு வரும்படி சிரித்தவாறு சொல்லிச் சென்றாள். வெண்ணீர் குளியல் உடம்பு வலிக்கு ஒத்தடம் கொடுத் தது போலிருந்தது. காலை உணவுக்கு முன்பு மலைச்சாமி அவள் அறைக்கு வந்தான். நூறுரூபாய்க் கட்டை அவளிடம் நீட்டினான். அவள் வாங்க மறுத்தாள். வற்புறுத்திக் கொடுக்க முயன்றான், மறுத்துவிட்டாள்.

"இதைக் குடுக்கறதுக்கு எனக்கு உரிமையில்லியா சரோஜா.."

"ராத்திரி படுத்ததுக்குக் கூலியா..."

பளார் என்று கன்னத்தில் அறைந்த மாதிரி இருந்தது. சுதாரித் துக்கொண்டு தொடர்ந்தான்,

"ஏன் அப்படி நெனைக்கிற, உன்னிய நீயே அசிங்கப்படுத்திக்கிறே. உன்னோட கஷ்டம் தெரிஞ்சுதான் குடுக்கறேன். நீ நல்லா இருக் கனுமின்னு நெனைக்கிறே"

"எங் கைகாலு இருக்கு. சம்பாதிச்சுக்குவேன். பணம் வேணாம்.."

சில நொடி அமைதிக்குப் பின்,

"நானும் ரெண்டு பிள்ளய்களுக்குத் தகப்பந்தான். என் ஆயுள்ள ராத்திரி நான் சந்தோஷப்பட்ட மாரி ஒருநாளும் இல்லே. என்னிய சந்தோஷப்பட வைச்சவ நீ.. ஒனக்கு ஏதாவது செய்ய வேணாமா."

"இன்னியோட என்னிய மறந்துடுங்க.. அதான் நீங்க செய்ய வேண்டியது."

"ஐயய்யோ..என்னால முடியாதும்மா.."

"மறந்துதான் ஆவனும், இதுகேத்த ஆளு நாயில்லே. இதைத் தொடர்ந்தா மலைச்சாமி தேவர் வைப்பாட்டின்னு எனக்கு பேரு வரும். அதுல ஒங்களுக்குக் கூட பெருமையா இருக்கலாம். எனக்கு அந்த பேரு வேணாஞ் சாமி.."

அவளை இறுக அணைத்துக்கொண்டான்.

"ஆராவது வருவாக விடுங்க.."

மெல்ல தன்னை விடுவித்துக்கொண்டாள். அவளை மேலும் கீழும் பார்த்துவிட்டு மீண்டும் தழுவி முத்தம்கொடுத்தான். அவளும் அவன் கன்னத்திலும் உதட்டிலும் மாரிமாரி முத்தமிட் டாள். இருவர் விழிகளும் ஈரத்தில் மிதந்தன. சாப்பிட்டுவிட்டுக்

கிளம்பினாள். முதல்நாள் மாலையில் ஏற்பட்ட பிரச்சினை முடிவுக்கு வந்து போக்குவரத்து வழமைக்குத் திரும்பியிருந்தது. பைக்கில் கொண்டுவந்து விடுகிறேனென்று கிளம்பியவனைத் தடுத்துவிட்டு வேகமாக வாசல்கேட்டை நோக்கி நடந்தாள். அவனும் உடன் சென்றான்.

“வர்ரேங்க” அவன் முகத்தைப் பார்க்காமல் சொல்லிவிட்டு வேகமாக நடந்தாள். கேட்டை ஒருகையால் பிடித்தபடி அவளைப் பார்த்துகொண்டே நின்றான். தெரு திருப்பத்தில் திரும்பிய போது புடவை முந்தியால் சரோஜா கண்களை துடைத்துக்கொண்டாள்.

பல இரவுகளில் மலைச்சாமியை நினைத்துக் கொள்வாள். அழுகை வரும். ஓவென்று கத்த வேண்டும் போலிருக்கும். அந்த ராத்திரியில் மலைச்சாமிப் போய்ப் பார்க்கத் தோன்றும். தன் உணர்வுகளுக்கு ஆறுதல் சொல்லி தேற்ற ஒரு ஜீவனுமில்லை என்று எண்ணும் போது வேதனை பன்மடங்காகும். அவளுக்குள் பொங்கி எழும் கொந்தளிப்பு அவளுக்குள்ளேயே ஆடி அடங்கி விடும். எந்தச் சலனமுமின்றி காலையில் எழுந்து கலகலப்பாகத் தன் வேலைகளில் மூழ்கிவிடுவாள்.

இரண்டு வீடு தள்ளி எதிர் வீடுதான் மணிமேகலையின் வீடு. அவளுக்கு இரண்டு பையன்கள் இருக்கின்றனர். புருஷன் ராமைய்யா டவுனில் மெக்கானிக் வேலை செய்கிறான். மணிமேகலையின் வீட்டில் சுதந்திரமாக, சொந்த வீடு போல சரோஜா பழகி வருவாள். தன் வீட்டில் இல்லை என்றால் சரோஜாவை, மணிமேகலை வீட்டில் பார்க்கலாம். அந்தளவு நெருக்கம். இதில் வேடிக்கை என்னவென்றால், சரோஜாவை ஒந் தங்கச்சி என்று புருஷனிடமும், புருஷனை ஓ அண்ணன் என்று சரோஜாவிடமும் மணிமேகலை சொல்லுவாளே தவிர ராமைய்யாவை அண்ணன் என்று சரோஜாவும், சரோஜாவை தங்கச்சி என்று ராமைய்யாவும் ஒருபோதும் அழைத்துக் கொண்டதில்லை. ஆனால், ராமைய்யா வயதிலுள்ள பலரை மாமா, மச்சான், அண்ணன் என்று சரோஜா அழைப்பாள். ராமைய்யாவை, அண்ணன் என்று அழைக்காததற்கு இயற்கையே ஒரு காரணம் வைத்திருக்குமோ என்னவோ. அதை மெய்ப்பிப்பது போல ஒரு நாள் நடந்தது.

பகல் சாப்பாட்டிற்குப் பிறகு ராமைய்யா, மணிமேகலை, சரோஜா மூவரும் வழக்கம்போலப் பேசிக்கொண்டிருந்தனர். இடையில் தெற்குத் தெருவிலிருந்து யாரோ மணிமேகலையை அழைக்கவே போனாள். சரோஜாவிற்குத் தாகமாக இருக்கவே செம்பை

எடுத்தாள். காலியாக இருந்தது. எழுந்து அடுப்படிக்குச்சென்று குடத்திலிருந்து தண்ணீர் சாய்த்து குடித்துவிட்டுத் திரும்பினாள். வழியில் ராமைய்யா அவளை மறித்தபடி நின்றான். ஒதுங்கிச் செல்ல முயன்றாள். சட்டென்று அவள் இரு கைகளையும் பிடித்து சுவர் ஓரம் இழுத்துச் சென்றான்.

அவன் கைகளுக்கிடையில் சிறைபட்டிருந்தாள்.

“விடு என்னிய, என்னாச்சு ஒனக்கு..”

சிரித்தபடி கையை உதறினாள்.

“முடியாது..இன்னிக்கி உன்னிய என்னா செய்ய போறே பாரு..”

அவள் முகத்தோடு தன் முகத்தைத் தேய்த்தபடி சொன்னான்.

“அதுக்கு வேற ஆளப் பாரு. வுடு என்னிய” சிரித்துக்கொண்டே அவன் பிடியிலிருந்த கையை விடுவிக்க முயன்றாள்.

“மணிமேகல வந்துடு வா..” உதடுகள் மெல்ல உதிர்த்தன.

கன்னத்தை ஆசையோடு கடித்தான். மார்பை அவன் கை தேடியது. இருவரும் ஒரே உயரம் என்பதால் மிகவும் வசதியாக இருந்தது. அவன் கழுத்தை இரு கைகளாலும் அவள் வளைத்துத் தொங்க இயங்குவதற்கு எளிதாக இருந்தது. அவள் உதடுகளை வெறியோடு கடித்தான். நின்ற வாக்கில் அவன் இயங்கியது புதிய திலும் புதிய அனுபவம் அவளுக்கு.

இருவரும் விலகியதும், ராமைய்யா வெளியே ஓடி எட்டிப் பார்த்தான். பிள்ளைகள் பள்ளியிலிருந்து திரும்ப இன்னும் நேர மிருந்தது. வாசலுக்கு வந்த சரோஜா அவனைப்பார்த்தாள். அந்தப் பார்வையில் காமத்தின் சுவாலை கொழுந்துவிட்டு எரிந்தது.

“ஒனக்கு ரொம்பத்தான் தைரியம்..”

“இதுக்கெல்லாம் தைரியம் வேணும் பொறவு..”

“ஆளப் பாரு தைரியமா..நான் பயந்துகிட்டே இருந்தே..”

“பயத்தோட அனுபவிக்கிற சுகமே ஒரு மாரிதான்..”

“ஆமாமா ஒரு மாரிதான். மணிமேகல கண்ணுல பட்டிருந்தே என் மசுர அறுத்துடுவா, ஏம் புருசந்தான் ஒனக்குத் கிடைச்சா னான்னு ஊரைக் கூட்டி நாற அடிச்சிருப்பா. ஐயா சாமி.. இந்த வேலையே வேணாம்..”

“ஏ சரோ எம் மேலே ஒனக்கு ஆசை இல்லியா..”

“ஆசை இருக்கு தாசில்தார் ஆவ, அதிஷ்டம் இருக்கு மாடு

மேய்கேம்பாக.. ஆசைப்பட்டா ஆயிடுமா..”

“நான் இருக்கே சரோ..”

இதைக் கேட்டதும் அவள் கண்களில் செவ்வரி ஓடிக் கலங்க முயற்சித்தது. சில நொடிகளுக்குப்பிறகு புடவை முந்தியால் கண்களைத் துடைத்துக்கொண்டாள். அதைப் பார்த்ததும் உள்ளே வா என்று அழைத்துவிட்டுப் போனான். அவளைத் தழுவி முத் தமிட்டான். கலங்கிய கண்களைத் துடைத்துவிட்டான்.

“நான் ஒன்னிய மாமான்னு கூப்பிடவா..”

“தாராளமா கூப்பிடு” இறுக்கி அணைத்துக்கொண்டான்.

வெறும் வார்த்தைக்கு, முறைக்கு மாமா என்று எத்தனை பேரைக் கூப்பிட்டாலும் உணர்வு கலந்த மகிழ்ச்சியோடு யாரையும் கூப்பிடும் வாய்ப்பில்லை. கணவனை அழைத்திருக்கலாம், அப்படி அழைத்ததாக அவளுக்கு நினைவில்லை. உடலோடும் உள்ளத் தோடும் கலந்துவிட்ட ராமைய்யாவை மாமா என்று அழைத்து சந்தோஷப்பட்டாள். மாமா என்கிற வெறும் சொல்லிற்குள்ளும் உயிர் இருப்பதை உணர்ந்தாள்.

தெருவில் மணிமேகலையின் குரல் கேட்ட து. கூடத்தில் எதிரெதிரே உட்கார்ந்து பேசுவது போல அமர்ந்திருந்தனர்.

“எதுக்கு மணிமேகலை போனே..” விசாரித்தாள்.

“அந்தக் கதைய ஏங் கேட்குறே..” என்று விவரித்துச் சொல்ல அவளும் உட்கார்ந்தாள்.

ராமைய்யா பயில்வான் மாதிரி கை முஷ்டியெல்லாம் கண்டுகண்டாக, ஜல்லிக்கட்டு காளை மாதிரி இருப்பான். இரண்டு கை முஷ்டியிலும் இரண்டு பெண்களைத் தொங்கவிடலாம், அவ னுடைய கட்டுமஸ்தான உடற்கட்டைக்கண்டு அவன்மேல் சரோ இச்சைப்பட்டது உண்மைதான். அதனால்தான் அவன் கையைப் பிடித்தபோது தன்னை ஒப்புக்கொடுத்தாள். சரோஜாமட்டுமல்ல எல்லாப் பெண்களுக்கும் ஆசை எழுவது இயல்புதான். அப்படி ஆசைப்பட்ட பெண்களில் சரோஜா முதல் இடம் பிடித்தாள். சரோஜாவின் அழகும் குறைந்ததில்லை. மணிமேகலை அளவுக்கு வெளுப்பான நிறம் இல்லை என்றாலும், முகலட்சணம் பொருந் தியவள். அந்த வயதிலும் பதினெட்டு வயது குமரி போலக் கவர்ச் சியான உடலமைப்பு கொண்டவள்.

வாய்ப்பு கிடைக்கும் போதெல்லாம் இருவரும் கலந்தனர்.

சில நேரங்களில் சரோஜா வீட்டிலேயே, மாமியார் இருக்கும் போதே அரவமில்லாமல் மறைவான இடத்தில் நடந்தேறும். பகல் இரவு என்று கணக்கில்லை. சிறு மறைவிடம் இருந்தால் போதும். பாய், கட்டில், மெத்தை எதுவுங்கூடத் தேவையில்லை. வசதிகள் தேவையற்ற காட்டுவாசி மக்களைப் போல் இவர்கள் கலவை சற்று வித்தியாசமானதுதான். பள்ளிக்கூட விடுமுறையில் மணிமேகலை பிள்ளைகளை அழைத்துக்கொண்டு தாய் வீட்டிற்குப் போயிருந்தால், ராமைய்யாவும் சரோஜாவும் கணவன் மனைவி மாதிரிதான். ராமைய்யாவுக்குச் சமையல் செய்து கொடுக்கும்படி சரோஜாவிடம் சொல்லிவிட்டுப் போயிருப்பாள். அப்புறம் சரோ ஜாதான் மனைவி. வீட்டில் பயமில்லாமல் இருவரும் கூடி மகிழ்ந் தனர். மாமா என்று பயமில்லாமல் அழைத்து மகிழ்ந்தாள். ராமைய்யாவின் அகண்ட மார்பையும், கரளை கரளையான கை யையும் தடவிப் பார்த்து முத்தமிட்டு சந்தோஷப்படுவாள். தடித்த மார்பைக் கிள்ளி விளையாடுவாள். மணிமேகலை ஊரில் இல் லாதபோது இருவரும் உலகை மறந்திருந்தனர்.

மணிமேகலை கண்ணில் மட்டுமல்ல, யார் கண்ணிலும் படாமல் மிகுந்த எச்சரிக்கையோடு இரண்டு வருடங்களைக் கழித் திருப்பார்கள். மணிமேகலையின் சிநேகிதிகள் சிலர், ராமைய்யா, சரோஜா இருவரும் பழகும் விதத்தில் தென்படும் நெருக்கத்தை வைத்து சந்தேகப்படத் தொடங்கினர். கண்களால் பார்க்கவில்லை என்றாலும் யூகங்கள் சிலவேளை உண்மையாகி விடுகின்றன.

“நீ வேணா பாரு ஒரு நாளு சரோஜா ஒம் புருசனை இளுத்துக் கிட்டு போப்போறா...”

“இல்லாத பெல்லாததை யெல்லாம் சொல்லாதீங்கடி..”

“எங்களுக்குத் தோனனதை சொன்னோம். நீ சூதானமா இருந் துக்கோ அம்புட்டுதான் சொல்லுவோம்”

இதன் பிறகு மணிமேகலையின் பேச்சிலும் பார்வையிலும் உண்டான மாற்றத்தை அறிந்துகொண்ட சரோஜா, ராமைய்யா விடம் சொல்லி அவனைக் கட்டுப்படுத்தினாள். இப்படி ஒரு வருடம் சென்றிருக்கும். சரோஜா கஷ்டப்பட வேண்டாமென்று ஒரு காரியம் நடந்தது. மணிமேகலையின் மூத்த மகனை ஈரோட் டுக்குப் பக்கத்திலுள்ள பள்ளியில் படிக்க வைக்க ஏற்பாடு நடந்தது. விடுதியில் தங்கிப் படிக்க அதிக பணம் வேண்டியிருந்தது. அத னால் ராமைய்யா திருப்பூர் சென்று வேலை பார்த்தான். யதார்த் தத்தை புரிந்துகொண்டவள் புன்னகையோடு வழி அனுப்பினாள்.

அதன்பிறகு இருவரும் சங்கமிக்கும் சந்தர்ப்பம் ஏற்படவே இல்லை. "நான் இருக்கே சரோ.." என்று முதல்முதலாக அவள் கையைப் பிடித்துச் சொன்னவன் பக்கத்திலில்லை. பக்கத்து வீட்டிலு மில்லை. ஓராண்டில் குடும்பத்தோடு திருப்பூர் பெயர்ந்து சென்று விட்டனர்.

ராமையாவோடு கழித்த அந்தச் சிறு சிறு பொழுதுகளை வசந்தகாலம் என்று சொல்ல முடியாது. அவனை நினைக்கவும் முடியவில்லை. நினைத்துவிட்டால் மறக்கவும் முடியவில்லை. இது போன்ற வேதனைகள் வரும் என்றுதான் ஆண்களோடு தொடர் பழக்கம் வைத்துக்கொள்வதைத் தவிர்த்து வந்தாள். ஆனாலும், அவளுள் மறைந்திருந்த பலகீனம் ராமைய்யாவோடு இணைய வைத்தது. ஆனால் பிரிவு? அதைப் பற்றி சரோஜா வருத்தப்பட வில்லை வேதனைப்படவில்லை. பாடம் கற்றுக்கொண்டாள்.

கட்டியிருந்த பசுவை அவிழ்த்துத் தண்ணீர்காட்டி கொஞ் சம் புல் எடுத்துப் போட்டுவிட்டுப் பின்வாசல் படிமேல் சரோஜா அமர்ந்தாள். தோட்டத்தில் மேய்ந்துகொண்டிருந்த கோழிகள் கூண்டுக்குள் வந்து அடைந்தன. ஒரு சேவல்மட்டும் தடுப்புச் சுவர் மேல் நின்று கொண்டு கழுத்தை நான்கு பக்கமும் வளைத்துப் பார்த்து தன் ஆளுமையைக் காட்டிற்று. இரண்டு மூன்று குட்டி வெள்ளாடுகள் குப்புர இருந்த கூண்டில் ஏறிஇறங்கி விளையாடின. மேற்கே தெரிந்த செவ்வானத்தைப் பார்த்தபடி உட்கார்ந்திருந் தாள் சரோஜா.

சில மாதங்களுக்கு முன்பு மாமியாரின் உடம்புக்கு முடி யாமல் போய்விட்டது. தனி மனுஷியாக மாமியாரை அழைத் துக்கொண்டு ஆஸ்பத்திரிக்கும் வீட்டுக்குமாக அவள்தான் அலைந் தாள். எல்லோரும் விசாரித்துவிட்டு பச்சாதாபப்படுவார்களே ஒழிய உதவ முன்வர மாட்டார்கள். உதவ வரும் கணவர்களைக் கூட மனைவிகள் தடுத்து நிறுத்திவிடுவார்கள். மாமியார் தலை மறைந்த பின்பு, தான் அனாதையாகி விடுவோமென்று சில நேரம் எண்ணும் போது மூச்சே நின்றுவிடும் போலிருக்கும் அவளுக்கு. தனக்குப் பின்பு ஒத்தையில் இருக்க வேண்டாம், நாத்தனார் பிள்ளையைக் கொண்டு வந்து துணையாக வைத்துக்கொள் என்று மாமியார் சொல்வாள்.

இரண்டு பேருக்கும் சாப்பாட்டிற்குக் கஷ்டமென்று ஏது மில்லை. புருஷனுடைய இரண்டு ஏக்கர் வானம் பார்த்த பூமி இருந்தது. உழைப்பிற்கு ஏற்ப பலன் கிடைத்தது. ஆடு வளர்த்து

அதன் மூலம் கிடைக்கும் பணம் மீதம்தான். அந்த மீதியைத்தான் மூக்கையனிடம் வட்டிக்குக்கொடுத்து, பெருக்கி வைத்திருக்கிறாள்.

சென்ற வாரம் மகளின் வீட்டிற்குச் சென்ற மாமியார் இன்னும் திரும்பவில்லை. சரோஜா ஒத்தையில் இருந்து பழகிப் போனாள். தோட்டத்திற்குச் சென்று மாடு கன்றுகளைப் பார்த்து விட்டு, சீக்கிரம் சாப்பிட்டு படுத்துவிட்டாள். நல்ல கோடைவெப் பம். மாமியார் இருந்திருந்தால் வெளி முற்றத்தில் பாயைப்போட்டு காற்றாட படுத்திருப்பாள். அனேகமாக ஊரில் எல்லா வீடுகளி லும் மின் இணைப்பு உள்ளது. சரோஜாமட்டும் செய்வோம் செய் வோம் என்று நாளை கழித்து வருகிறாள். ராந்தர் விளக்கிலும், சிம்னி விளக்கிலும் அவள் கண்கள் பழகிவிட்டன. புருஷன் இருக் கும் போதே கூரையை மாற்றிவிட்டு மங்களூர் ஓடு போடப்பட்ட மண்சுவர் வீடுதான். அரசாங்கம் நூறு யூனிட் இலவசமாக மின் சாரம் கொடுத்தும் மின்இணைப்பை சாரோஜா எப்படி தவிர்த்து வந்தாளோ அதுபோல் செல்ஃபோனை வாங்கவும் தவிர்த்தாள். செல்ஃபோனில் அடிக்கடி பேச வேண்டிய நபர்கள் யாருமில்லை என்பதோடு, தோழிகள் சொல்வதுபோல கண்ட நேரத்தில் கண்ட பயல்கள் ஃபோன் செய்து தொந்தரவு செய்வார்கள். அதைத் தவிர்க்கவும் ஃபோன் வாங்கவில்லை.

ஊரே இருளில் மூழ்கிக் கிடந்தது. இரவு ஒன்பது மணி வரை இருந்த கரண்ட் போனது போனதுதான். எப்போது வரும் என்று தெரியாது. நேரம் நடுநிசியைக் கடந்திருக்கும். குறிப்பிட்ட ஒரு வீட்டில் திருட வந்த குறவனுக்கு இருள் பெரும் உதவியாக இருந்தது. வீட்டின் பின்பக்கமுள்ள சுவரில் ஏறி உள்பக்கம் குதிக் கப் போனான். வீட்டிலிருந்து குழந்தையின் அழுகுரல், அதைத் தொடர்ந்து பேச்சுக் குரல் கேட்டது. இறங்கி பின்புறமே மெல்ல நடந்தான். சரோஜா வீட்டை நெருங்கினான். வீட்டின் அமைப் பைப் பார்த்தான். தோட்டத்து பின்பக்கமுள்ள வேலியை லாக வமாக விலக்கிவிட்டு நுழைந்தான். அவன் காலடி சத்தத்தைக் கேட்டுவிட்டு படுத்திருந்த பசு எழுந்துகொண்டது. பின்பக்கமுள்ள தாழ்வாரம் வழியே உள்ளே பார்த்தான். சுவரின் மேலேறி உள்ளே குதிப்பதற்குப் போதுமான இடைவெளி இருந்தது. சுவர் ஓரம் சென்று சாத்து மரத்தைப் பிடித்துக்கொண்டு, மூச்சைப் பிடித்து சுவரில் ஏறினான். உள்ளே பார்த்தான். நடுவில் கூடம். இரண்டு அறைகள். வலப்பக்கம் அடுப்படி. சரோஜா படுத்திருக்கும் இடத் திற்குப் பக்கத்தில் மரஅலமாரி இருந்தது. நிச்சயம் அலமாரியில்

பணம், காசு, நகைகள் இருக்கலாமென்று ஓசையில்லாமல் உள்ளே இறங்கினான். சரோஜா, ஒரு பக்க மார்பு முழுவதும் தெரிய, தொடை வரை புடவை விலகியிருக்க மல்லாக்க படுத்திருந்தாள். சிமினி விளக்கு வெளிச்சத்தில் குத்தி வைத்த கோபுரக் கலசம் மாதிரி நின்ற முலையைப் பார்த்தான். பளிச்சென்று தெரிந்த தடிமனான தொடை அவனை என்னவோ செய்தது. அலமாரி யைத் திறக்கப் போனவன் அவளையே பார்த்தான். சட்டென்று தலையில் கட்டியிருந்த துண்டையும், இடை வேட்டியையும் அவிழ்த்து வைத்துவிட்டு குனிந்துமெல்ல அவள் மார்பைத் தடவி னான், விழித்துக்கொண்டாள். மிரட்சியோடு அவனைப் பார்த் தாள். ஒரு கையால் அவள் வாயைப் பொத்திக் கொண்டு, சத்தம் போட்டால் கத்தியால் குத்திவிடுவேன் என்று மிரட்டினான். கோடை வெப்பம், வியர்வை தாளாமல் சற்று நேரத்திற்கு முன்பு தான் ரவிக்கையைக் கழற்றிவிட்டுப் படுத்திருந்தாள். குறவனுக்கு வசதியாகப் போய்விட்டது.

சத்தம் போட்டு யாரையும் கூப்பிட முடியாத நிலைமை. தைரியத்தை வரவழைத்துக்கொண்டு அவனை முழுவதுமாகப் பார்த்தாள். ஆடையின்றி தன்மேல் படுக்கத் தயாராய் இருப்பதைப் புரிந்துகொண்டாள். இரண்டு மார்பையும் சுவைத்தான். தடித்த, பழுக்கக் காச்சிய இரும்பு துண்டம்போல அவள் அடிவயிறுவரை பாய்ந்தது. அம்மா என்று மெல்ல முனகினாள். நன்றாக உரமேறி வயிரம் பாய்ந்த தன் உடம்பின் பாரம் அவள் மேல் கனக்கா மல் மெல்ல இயங்கினான். சிலநொடிகளில் மெல்ல வேகம் கூட அவளுக்குச் சுகமாக இருந்தது. அவன் மேல் கை வைக்கத் தயங் கியவள் சட்டென்று அவன் புஜத்தை அழுத்திப் பிடிக்க வேகம் இன்னும் கூடிற்று. அவள் முதுகின் கீழ் தன் இரு கைகளையும் கொடுத்து குழந்தையை ஏந்துவது போல ஏந்திக்கொண்டு கடு மையாக இயங்கியது காற்றில் பறப்பது போலிருந்தது அவளுக்கு. அவன் மேல் வீசிய வியர்வை நெடியைப் பொருட்படுத்தாமல் அவனைத் தழுவிக்கொண்டாள்.

எழுந்து இடை வேட்டியைக் கட்டினான். சிகப்பு நிறத் துண்டைத் தலையில் கட்டியபின் தரையில் இருந்த சூரிக் கத்தியை எடுத்து இடுப்பில் சொருகிக்கொண்டான். அவளைப் பார்த்தான். கருத்த உடம்பு, சிவந்த கண்கள், முறுக்கிய மீசை, கட்டுக் குடுமி, கைகளில் பித்தளைக் காப்பு, முஷ்டியில் கருப்பு கயிற்றில் தாயத்து, ஒரு காலில் காப்பு, கோயில் சன்னதி முன்பு இருபுறமும் நிற்கும்

துவார பாலகன் போல காணப்பட்ட குறவனை லேசான மயக்கத்தில் பார்த்தாள். பெண்ணாய்ப் பிறந்த பெரும்பேற்றை அடைந்தவளாய், புணர்ச்சியின் உச்சத்தை அடைந்த கிரக்கத்தில் கிடந்தாள்.

அவளிடம் எதுவும் பேசாமல் விளக்கு வெளிச்சத்தில் பின் கதவு வழியே வெளியே சென்றான். நேற்றுதான் அமாவாசை. எங்கும் மையிருட்டு. பள்ளம்எது மேடு எதுவென்று தெரியவில்லை. பின்பக்க வேலியைத் தாண்டிச் செல்ல மெல்ல நடந்தான். ஒரு கல்லில் நன்றாக இடித்துக்கொண்டு அம்மா என்று சத்தமிட்டபடி அடுத்த அடியை எடுத்து வைக்கப் போனவன், வழுக்கி பொத்தென்று கிணத்தில் விழுந்தான். காலில் கல் இடித்த வலியோடு கிணற்றில் விழும்போது தோளிலும் அடிபட்டது. சரோஜா மாமனார் நாற்பது வருடம்முன்பு கட்டி முற்றுபெறாத கிணறு அது. அகலம் குறைவாக இருபத்தைந்து அடி ஆழம் இருக்கும். தரையிலிருந்து ஒரு ஜான் உயரமே கிணற்றின் சுவர் இருந்தது. பழகியவர்களுக்கு அபாயமில்லை. இருட்டில் கிணறு இருப்பது தெரியாமல் விழுந்த குறவன் நீரில் மூழ்கி எழுந்து கிணற்றின் சுவரில் கால்களைப் பரப்பி உதைத்துக்கொண்டு மெல்லமெல்ல ஏறினான்.

சரோஜா மெல்லஎழுந்து தோட்டத்திற்கு வந்தாள். கிணற்றுக்குப் பக்கத்திலுள்ள பானையிலிருந்து தண்ணீர் எடுத்து கால் கழுவிவிட்டு நிமிர்ந்தாள். கிணற்றிலிருந்து ஒரு உருவம் மேலேறி வந்தது. ஏற்கெனவே ஒருவன் வந்து படுத்துவிட்டுப் போனான். இவன் யாரோ தெரியவில்லை என்று ஐயத்தோடு பார்த்தாள். மேலேறி வந்த குறவன் ஈரத்துணியைப் பிழிந்தான். அதைப் பார்த்ததும் சிரிப்பு வந்தது.

“கிணத்துல எறங்கி குளிச்சிட்டு வர்ரியா..” என்றாள்.

“அட போங்கம்மா.. கால்லே கல் இடிச்சி வழுக்கி கிணத்துல விழுந்துட்டே. ஒங்களுக்கு சிரிப்பா இருக்கா..”

வழுக்கி விழுந்துட்டேன் என்று சொன்ன வார்த்தை தனக்குச் சொன்னது போலிருந்தது. நீ எந்த ஊர், எதுக்கு வந்தே என்று விசாரித்தாள். பக்கத்தில் வீடு இல்லாததால் பேச வசதியாக இருந்தது. நான் மலைக் குறவன். வேவு பார்த்து எங்காவது வீடு தோதாக இருந்தால் சமயம் பார்த்து பணம் காசு மட்டுமல்ல கையில் கிடைத்ததைத் திருடுவதுதான் தன் வேலை என்றான். சிலசமயம் ஆடுகூட திருடுவானாம்.

“வர்றேம்மா..” கிளம்பினான்.

"பாத்து போ..வேற எங்கிட்டாவது வுழுந்துடப் போறே.."

இரண்டடி நடந்தவன் திரும்பிப் பார்த்து,

"போவ மனசு வர்ரல, எப்பவாவது இந்தப் பக்கம் வந்தா இங்கே வர்ரேம்மா.."

"எதுக்குத் திருடரதுக்கா.."

"ஒங்களுக்காகதான்.."

"கால வெட்டிப்புடுவே, ஓடிப்போ..இனிமே இந்தப்பக்கம் வர்ற வேலை வைச்சிக்காத.."

வேலியை ஒரேடியாகத் தாண்டி இருளில் மறைந்தான்.

●

சமாதானம்

“நாராயணன்... சாயங்காலம் தனசேகர் வூட்டுக்குப் போயிட்டு வர்ரலாம் வர்ரீங்களா?”

“ம்.. போவலாங்க.. எத்தன மணிக்கு..”

எதிரில் வந்த நாராயணனிடம் வடிவுக்கரசன் கேட்டார். சரியென்று ஒப்புக்கொண்டவர் சில நொடிகளுக்குப் பிறகு,

“ஏங்க.. அவன் ஒரு மாரியான ஆளாச்சே.. சரிபட்டு வருமா..”

“எப்டியாவது எங்கப் பிரச்சினைய முடிச்சு வையிங்கன்னு தனசேகரு தம்பி வந்து சொன்னான்”.

“சரிங்க... கதிரேசனையும் கூட்டிட்டுப் போவோம். அவுரோட குரல கேட்டா அடங்கி போவானுங்க..”

‘அமைதி மையம்’ என்றொரு அமைப்பை ஏற்படுத்திப் பத்து வருடமாகப்போகிறது. பாபநாசத்தில் இருபதுபேர் சேர்ந்து ஆரம்பித்த அமைப்பு, இப்போது நூற்றைம்பது பேருக்கு மேல் அங்கத்தினர்கள் உள்ளனர். வடிவுக்கரசன், நாராயணன், கதிரேசன் மூவருந்தான் இவ்வமைப்பை உருவாக்கக் காரணமா யிருந்தவர்கள். பிறருக்கு உதவ வேண்டும் என்கிற அடிப்படைப் பண்பு வடிவுக்கரசனிடம் இயல்பாகவே இருந்தது. அதனால் ஆர் வத்தோடும் அக்கறையோடும் பிறர் பிரச்சினையில் தலையிட்டு உதவக்கூடியவர். நாற்பது வயதில் ஊரில் நற்பெயரைச் சம்பாதித் தார். நாராயணன், கதிரேசன் போன்ற ஒத்த கருத்துடைய நண் பர்கள் துணை நின்றனர். தொடக்கத்தில் பிறர் பிரச்சினையில் தலையிட்டு உதவி செய்யப் போய் அவருக்கே தீங்காய் நேர்ந்த தால், தனி மனிதனாகச் செயல்படுவதைவிட ஒரு அமைப்பாகச் செயல்பட்டால் சட்டம் தங்களுக்குப் பாதுகாப்பாக இருக்கும் என்று அமைப்பை உருவாக்க யோசனை கூறியது வடிவுக்கரசன் தான்.

ஊர் என்றிருந்தால் பிரச்சினைகள் இல்லாமல் இருக்காது. சாதிப் பிரச்சினை, பொதுப் பிரச்சினைகளுக்கு அப்பாற்பட்டு கணவன் மனைவி, அண்ணன் தம்பி, மாமான் மச்சான் என்று இவர்களுக்குள் எழும் குடும்பப் பிரச்சினை, பணம் கொடுக்கல்

வாங்கல், சொத்துத் தகராறு, வாய்க்கால் வரப்பு தகராறு, வியா பாரம், காதல் விவகாரம் என அன்றாடம் பிரச்சினைகளுக்குப் பஞ்சமில்லை. இந்தப் பிரச்சினைகளுக்கெல்லாம் மூலகாரணமான சில கருத்துக்களைக் கொள்கையாக வகுத்தனர்.

"சமாதானமாக வாழ்வோம், பிறர் குறைகளைத் தவிர்த்து நிறைவைப் பேசுவோம். மன்னிக்கும் மனப் பண்புகள் பெறுவோம். அகந்தையை அகற்றி அரவணைத்து வாழ்வோம், குறுகிய எண் ணத்தைத் தவிர்த்து மனவிசாலம் பெறுவோம். நம்மால் இயன்ற சேவைகள் செய்வோம். மதுவைத் துறப்போம். மதியைக் காப் போம்" என்று வகுத்த இந்தக் கொள்கைகள் அனைவரையும் ஏற் கும்படி செய்தன. ஆனாலும், கடைப்பிடிப்பதில் பிரச்சினைகள் எழத்தான் செய்தன.

வடிவுக்கரசன் திட்டமிட்டபடி மூவரும் தனசேகரன் வீட் டிற்குச் சென்றனர். மூத்தவன் தனசேகரன். இளையவன் தமிழ ரசன்தான் அமைதி மையத்தில் தன் பிரச்சினையை முறையிட் டது. இவர்கள் தந்தை, ஒரு மனையும் அதனோடு சேர்ந்துள்ள வீட்டையும் இரண்டு மகன்களுக்கும் பிரித்துக் கொடுத்திருந்தார். குடியிருக்கும் வீடு தனசேகரனுக்கும், காலி மனை தமிழரசனுக் கும் சேரவேண்டியது. இரண்டாகப் பிரிக்கும்போது அளவுப்படி, தமிழரசன் பாகத்தில் தனசேகரின் வீட்டு ஒருபக்கச்சுவர் உள்ளது. சுவரை இடிக்க முடியாது. சுவர் இருக்கும் ஒருஅடி இடத்திற்கான மதிப்புத் தொகையை அண்ணனிடம் கேட்டால் அவன் மறுக்கி றான். ஒரு அடி மண்தானே என்று விட்டுவிட்டுப் போகலாம். ஆனால் காலி மனையை இன்னொருவரிடம் விற்பதாக இருந்தால் ஆவணத்திலுள்ள அளவுப்படி இருக்கவேண்டும். சுவர் இருக்கும் ஒரு அடி மண் தமிழரசன் பாகத்தில் குறைகிறது. இந்தச் சிக்கலி லிருந்து வெளிவர முடியாமல் தமிழரசன் தவித்தான்.

தமிழரசனின் பிரச்சினை ஓரளவு வடிவுக்கரசனுக்கும் நாராயணனுக்கும் தெரியுமென்றாலும் எப்படித் தீர்வு காண்பது என்று ஆலோசித்துவிட்டுதான் தனசேகரன் வீட்டிற்கு வந்தார்கள். இவர்கள் வீட்டில் நுழையும்போது தோட்டத்திலிருந்த தனசேகரன் பார்த்துவிட்டு வந்தான். இவர்களை எதிர்பார்க்கவில்லை. எதற் காக வந்திருக்கிறார்கள் என்ற யோசனையில் வாசலுக்கு வந்தான்.

"வாங்கண்ணே.. எங்க இம்மா தூரம்..."

"ஒங்கிட்ட கொஞ்சம் பேசிட்டுப் போவலாமுன்னு வந்தோம்."

தன் கனத்த குரலால் கதிரேசன் சொன்னார்.

“என்ன விஷயம்..?”

“பக்கத்து செவுரு தம்பி பாகத்துல வருதுன்னு சொன்னான்.”

“ஓ அதுவா.. அத வுடுங்க.. எங்களுக்குள்ள பிரச்சின. நாங்க பாத்துகிறோம்..”

“இந்தப் பிரச்சினைய வந்து பேசி தீர்த்து வையுங்கன்னு தம்பி சொன்னதாலதான் வந்தோம்.”

“அந்த மடப் பயலுக்கு நீங்க என்னா மத்தியஸ்தம் பண்ண வந்தீங்களா; ஓங்க நாயத்த நான் ஏன் கேக்கனும்..”

“எங்க நாயத்த கேக்க வேணாம். பொது நாயமுன்னு ஒன்னு இருக்கில்லே..”

“எந்த நாயம் மசுருக்கும் நான் கட்டுப்பட மாட்டே. எனக்கு தெரியுங்க எது எப்படின்னு; நாங்க பாத்துகிறோம். நீங்க கௌம் புங்க..”

அவன் எழுந்துகொண்டு அவர்களைப் போகச் சொன் னான். இது போல் அடாவடியாக எதிர்வினை ஆற்றும் சிலரைச் சந்தித்த அனுபவம் உள்ளதால், அவன் தோளைப் பிடித்து உட் காரச் சொன்னார் வடிவுக்கரசன்.

“நாங்க இன்னும் பேசவே இல்லே. அதுக்குள்ள எழுந்திட்டா எப்படி..”

“நான் வூட்டுக்கு மூத்தவன். எங்க குடும்பத்துக்காவ எம்மானோ சம்பாரிச்சு குடுத்திருக்கே. ஏன் ஒரு அடி மண்ணை நான் எடுத் துக்கக் கூடாதா? இந்தக் கம்னாட்டி பய குடும்பத்துக்கு என்னா சம்பாரிச்சு குடுத்திட்டான்.”

“அப்புடிச் சொல்லு, ஓ நாயத்தையும் சொன்னாதானே எங்க ளுக்கு தெரியும்..”

“பின்ன என்னண்ணே.. நான் குடும்பத்துக்கு பட்ட பாடுல கால் பங்கு பட்டுருக்க மாட்டான். ஆனா, பங்கு மட்டும் திராசுல எடைபோட்ட மாரி கரைக்டா வேணுமுன்னா வேகம் வராம என்னாச் செய்யும்..”

“தனசேகரன்... ஓங்களுக்கு எத்தினி புள்ளய்ங்க..?”

“ரெண்டு பொண்ணு, ஒரு பையன். பெரியவ பன்னெண்டாவதும், சின்னவ ஒம்பதாவதும் படிக்கிறாங்க. பையன் நாலாவது போறா..”

“நெலம் நீச்செல்லாம் நீதான் பாக்குறியா?

“ஆமாமா.. நெலத்துல என்னா பெருசா வெளையிது. ஒரு

வருசம் வெளைஞ்சா ரெண்டு வருசம் சாவியா போயிரும்..”

“தம்பிக்குக் கல்யாணமாயி எத்தனை வருசம் இருக்கும்..”

“ஐஞ்சாரு வருசம் இருக்கும்..”

“குடும்பத்துல பாகம் பிரிச்சது எப்போ..”

“போன வருசம்..”

“தம்பி சம்பாரிச்சு அப்பாகிட்டே ஒன்னும் குடுக்கலையா?”

“ஏதோ வந்தா போனா குடுப்பான். ஆருக்குத் தெரியும்..”

“சரிங்க.. எனக்கு இதை விவரமா சொல்லுங்க.. நெலத்தையும் வீட்டையும் சரிசமமா ஒங்கப்பாதான் பிரிச்சு குடுத்தாரா?”

“அவன் மாச வேலையில இருக்கான். எனக்கு வேலை இல் லேன்னு நெலத்துல அதிகமா எம் பாகத்துக்கு ஒதுக்குனாங்க..”

அப்போது தமிழரசன் வந்தான். அவனை அழைத்து பக்கத்தில் உட்காரச் சொன்னார்கள்.

“பாகமெல்லாம் ஒங்கப்பாரு சரியாதா பிரிச்சு குடுத்திருக்காரு. பிரச்சினை ஒரு அடி மண்ணும், செவுருந்தான்.”

“ஏங்க.. திரும்பவும் சொல்றே.. வூட்டுக்கு மூத்தவன் ஒரு அடி மண்ணை எடுத்துக்கக் கூடாதா?”

“நீங்க எடுத்துக்குங்க ஒரு அடி மண்ணுக்கான பணத்தைக் குடுத்தா போதும்..”

சட்டென்று வேகமாகத் துள்ளி எழுந்த தனசேகரன்,

“என்னாப் பேச்சு பேசுறீங்க அவுனுக்கு வக்காலத்து வாங்கிட்டு பேசுறீங்களா..”

“சரிங்க.. நீங்க பணம் குடுக்க வேணாம். இதுக்கு பதில் சொல் லுங்க. ஒங்களுக்குக் கல்யாணம் ஆயி, மூனு புள்ளய்ங்களைப் பெத்து வளத்தது, எல்லாச் செலவும் இந்தப் பொது சொத்துல இருந்துதானே செஞ்சியிருப்பீங்க..”

“எங்க அப்பா அம்மாவ வச்சுகிட்டு ஒன்னா குடும்பம் பாத்தவ நான். நெலம் நீச்ச நிர்வாகம் பண்ணவன் நான். அதுக்கு எனக்கு சம்பளம் போடுங்க பாக்கலாம்.”

“ஒனக்கு தனியா சம்பளம் குடுக்கனுங்கிறீயா?”

“ஆமா பின்ன, நானும் எம்புள்ள பொண்டாட்டியும் சாப்புட்ட செலவை எம் சம்பளத்துல கழிச்சி பாருங்க அப்ப புரியும்..”

“ஏம்பா ஒ வவுத்துக்குதான் பாடுபட்டே.. அப்படித்தான் பாடு

பட்டு சொத்து பத்து ஒன்னும் வாங்கிலியே.."

"வரவும் செலவுந்தான் ஒன்ன புடி என்ன புடின்னு இருக்கே. இதுல சொத்து எங்க வாங்கறது.."

"தோ பாருங்க ஒங்க குடும்பமும் தம்பி குடும்பமும் சமமில்லே. தம்பிக்கு இப்பதான் அஞ்சு வயசுல பையன் இருக்கான். பதினெட்டு பத்தொன்பது வயசுல வூட்டவுட்டு வேலைக்குப் போனவன் வெளியூருலதான் இருக்கான். அவனால வூட்டுக்குச் செலவு இல்ல. பொது சொத்துல சாப்புட்டு வளந்த குடும்பம் ஒன்னுதுதான், அதனால நீதான் வுட்டுகுடுத்து போவனும்.."

"அதெல்லாம் முடியாது. நானே மூனு பிள்ளய்ங்கல வச்சுகிட்டு கஷ்டப்படுறே."

"பணத்தை இரண்டு தவனையா குடுத்தா போதும்."

"முடியாது..அவன் என்ன பண்ணனுமோ பண்ணிகிட்டும்.."

"சரி.. கடைசியா ஒரு விஷயத்தைச் சொல்லிட்டுக் கௌம்பறம். நாளைக்கி கோர்ட் கேஸ்ன்னு போனா பத்து வருசமோ இருபது வருசமோ ஆவும். அதுவரிக்கும் இந்த வீட்டை நீயும் அனுபவிக்க முடியாது. தம்பியும் அனுபவிக்க முடியாது. பூட்டிக் கெடந்தா, செல் அரிச்சு இந்த செவுரே இடிஞ்சி வுழுந்தாலும் வுழுந்திடும். நல்லா யோசிச்சு பாரு. ஓ நன்மைக்குதான் சொல்றோம்."

அதுவரை ஆவேசமாகப் பேசிய தனசேகரன் அமைதியானான். அவனை உட்காரவைத்து நியாயங்களை எடுத்துரைத்தனர். இன்று இதை நீ விட்டுக்கொடுப்பதன் மூலம் எதிர்காலத்தில் தம்பியின் வாயிலாக எத்தனையோ பலன்களைப் பெறலாம். சகோதர உறவைவிட ஒரு அடி மண்ணின் விலை ஒன்றும் பெரிதல்ல. சம்பாதித்து சொத்துகளை வாங்கிவிடலாம், உறவை விலை கொடுத்து வாங்க முடியாது. இளமை முறுக்கில் உறவை விலக்கிவிட்டு முதுமையில் வா என்றால் எந்த உறவும் வராது; விட்டுக்கொடுத்து வாழுங்கள் என்று அறிவுரை வழங்கினர். இறுதியில் ஒருவழியாக தனசேகரன் ஒத்துக்கொண்டான். அண்ணனும் தம்பியும் சேர்ந்து வடிவுக்கரசனுக்கும் அவர் நண்பர்களுக்கு மகிழ்ச்சியுடன் விடைகொடுத்தனுப்பினர்.

தொடக்க காலத்தில் வடிவுக்கரசன் அவர் நண்பர்கள் கட்டபஞ்சாயத்து செய்து பணம் சம்பாதிக்கிறார்கள்; 'அமைதி மையம்', 'சமாதானம்' என்பதெல்லாம் வெளிவேஷம் என்று சிலர் பொய்க் குற்றச்சாட்டுகளைப் பரப்பி வந்தனர். இவர்கள் செய்யும்

தன்னலமற்ற உண்மையான சேவையைப் புரிந்துகொள்ள வெகு நாளாயிற்று. மெல்ல மெல்லவே மக்களின் நல்லெண்ணத்தையும் அபிமானத்தையும் பெறமுடிந்தது. இவர்களை வண்டியால் மோதி கை கால்களை உடைக்க வேண்டுமென்று கூடச் சில காலிகள் திட்டமிட்டனர். அமைதி மையத்தில் எல்லா மதத்தைச் சேர்ந்தவர்களும் உறுப்பினர்களாக இருக்கின்றனர். வருடம் ஒருமுறை இந்த மையத்தைப் பற்றி புரிதல் ஏற்பட வேண்டும் என்பதற்காகக் கலை நிகழ்ச்சிகள் நடத்துவது வழக்கம். அமைப்பின் சிறப்பு என்னவென்றால், அமைப்பின் நிர்வாகிகள் மட்டுமல்ல உறுப்பினர்கள் அனைவரும் நூற்றுக்கு நூறு சேவை மனபான்மை உடையவர்களாக இருப்பதே.

வெள்ளிக்கிழமைகளில் வடிவுக்கரசனை மாரியம்மன் கோயிலில் பார்க்கலாம். சுவாமி தரிசனம் செய்துவிட்டு பிரதட்சனை முடிந்து சிமெண்ட் மேடையில் உட்கார்ந்திருந்தார். கதிரேசன் கனைத்துக்கொண்டே பக்கத்தில் வந்தமர்ந்தார். இன்னும் ஐந்து நிமிடங்களில் நாராயணனும் வந்துவிடுவார். ஊர்பிரச்சினைகளில் ஈடுபடும் இவர்களுக்குப் பிரச்சினை இல்லையா என்று எண்ணத் தோன்றும். வீட்டுக்கு வீடுவாசல் என்பதுபோல எல்லாப் பிரச்சினைகளும் அவர்களுக்குமுண்டு. அமைதியாகச் சிந்தித்துச் செயல்படுவதன் மூலம் தீர்க்கப்படாத பிரச்சினை என்று ஒன்றில்லை என்பதை வாழ்ந்து காட்டுகிறார்கள்.

நாராயணனும் வந்து நண்பர்களுடன் சேர்ந்து கொண்டார். பரஸ்பர ஷேம நலங்களை விசாரித்துவிட்டு, வழக்கம் போல ஊர் பிரச்சினைகள் பற்றி பேசத் தொடங்கினார். பள்ளி ஆசிரியராகப் பணிபுரியும் தண்டபானி முதலியார் வீட்டில் ஒரு பிரச்சினை. அவரின் ஒரே மகனுக்குத் திருமணமாகி ஒரு வருடமாகும். மகன் வெளி நாட்டில் வேலை பார்க்கிறான். திருமணமான ஒரு மாதத்திலிருந்து மாமியார் தொல்லை துவங்கிவிட்டது. பள்ளியில் மாணவர்களைத் தன் கட்டுக்குள் வைத்திருக்கும் தண்டபானி ஆசிரியர், வீட்டில் மனைவியின் கட்டுப்பாட்டில்தான் இருந்தாக வேண்டும். எனவே மனைவியின் கொடுமைகளை ஒருபோதும் கண்டித்தவர் அல்லர். இது விஷயத்தில் அவரின் செவிகள் செவிடாகி வெகு நாளாகிவிட்டது.

மருமகள் ஆர்த்தி பி.ஈ. எஞ்சினீயரிங் படித்தவள். இரண்டாம் வகுப்புகூட படிக்காத மாமியாரிடம் இந்தப் பெண் படும்பாடு சொல்லி மாளாது. எது செய்தாலும் குறை கூறுவதை, அதுவும்

முகத்தைக் கொடூரமாக வைத்துக்கொண்டு குறை கூறும்போது ராட்சசியே தோற்றுவிடுவாள். தயவு தாட்சண்யமின்றி பழிசொல் லும் குணவதி அந்த பூங்கோதை அம்மாள். மருமகள் ஆர்த்தி தப்பித்தவறி சிறுதவறு செய்துவிட்டாலும் தன்னை மதிக்கவில்லை, தன் கௌரவம் போய்விட்டதென்று கூப்பாடு போடுவாள். மாம னார்தான் வாயில்லா பூச்சி என்றால் மகன் ஊர்ந்து செல்லும் ஜந்துக்குச் சமம். ஃபோனில் மனைவி சொல்வதை ம்... போட்டு கேட்பானே ஒழிய சிறு ஆறுதல்கூடச் சொல்ல மாட்டான் புண் ணியவான்.

தனக்கு வாய்த்த மருமகள் சரியில்லையென்று தன்தோழி களிடம் சொல்லி அவர்களைத் தனக்குச் சாதகமாகப் பேச வைத்துவிடுவாள் பூங்கோதை. குறை கூறல், பழி சொல்லுவது எல்லாம் ஆர்த்தியோடு நிற்காமல் அவள் பெற்றோர்களையும் போய்ச் சேரும். பெண்ணைப் பெற்ற சம்பந்தி வீட்டிற்கு வந்தால், மருமகளைப் பற்றி இல்லாததையும் பொல்லாததையும் சொல்லி அவர்களைக் கூனிக் குறுகி நிற்கும்படி வைத்துவிடுவாள். பட்டம் படித்து நல்ல உத்தியோகத்திலுள்ள சம்பந்தி பெரிதும் மனம் வேத னைப்படுவார். மகளின் வாழ்க்கை இப்படியாகிவிட்டதே என்று வெளியில் சொன்னால் பரிகாசத்திற்கு ஆளாக நேரிடுமென்று பூங்கோதை செய்யும் அடாவடித்தனத்தைத் தனக்குள்ளேயே போட்டு விழுங்கிக் கொண்டார். வாழ வந்த பெண்ணை கணவன் உட்பட அரவணைத்து ஆறுதல் சொல்ல ஒரு ஜீவனும் இல்லை. மாறாக அன்றாடம் தொல்லைகளும் துயரங்களும் அவளைத் தூங்கவிடாமல் விரட்டின.

பட்டம் படித்த ஆர்த்திக்கு மாமியாரின் கொடுமைகளை வெளியில் சொல்லி அம்பலப்படுத்த முடியும். அவளும் கூட சமு தாயத்தில் பார்க்கப்படும் வரட்டு கௌரவம், அந்தஸ்தை பற்றிக் கவலைப்பட்டாள். ஆனாலும், வெளியூர் தோழிகளிடம் ஃபோன் மூலம் தன் பிரச்சினைகளைப் பகிர்ந்துகொண்டாள். அந்தச் செய்தி யார் யார் மூலமோ சென்று உள்ளூரில் வந்தடைந்தது. அமைதி மையத்திற்கும் தெரிய வந்தது. இது முழுக்க முழுக்க குடும்பப் பிரச்சினை. யாரிடமிருந்தாவது புகார் வந்தால் ஒழிய தலையிடுவது சரியில்லையென்று எண்ணிக்கொண்டிருந்த போது, வடிவுக்கரசனிடம் ஆர்த்தியே ஃபோன் செய்து பிரச்சினை பற்றி சொல்லி உதவும்படி கேட்டுக்கொண்டள்.

ஞாயிறு விடுமுறை, தண்டபானி ஆசிரியர் வீட்டில்தான்

இருப்பார் என்று வடிவுக்கரசனும் நண்பர்களும் அவர் வீட்டிற்குச் சென்றனர். வராந்தாவில் செய்தித்தாள் படித்துக்கொண்டிருந்தார். வடிவுக்கரசனைக் கண்டதும் இவர்கள் ஏன் வந்திருக்கிறார்கள் என்ற ஆச்சரியம் கலந்த ஐயத்தோடு வரவேற்றார். சமையல் கட்டி லிருந்து பூங்கோதை அம்மாளின் உரத்தகுரல் கேட்டது.

"வாங்க.. ஒக்காருங்க.." தண்டபாணி வரவேற்க எதிரிலுள்ள நாற்காலிகளில் வடிவுக்கரசன், நண்பர்கள் அமர்ந்தனர். பக்கத்தில் மடித்திருந்த செய்தித்தாளைப் பிரித்து அதில் தன் பார்வையை ஓட்டினார் நாராயணன்.

"என்னா விஷேஷம் எல்லாரும் வந்திருக்கீங்க.."

"நீங்க ஸ்கூல் வாத்தியாரு. ஒங்களுக்குத் தெரியாதா.."

"தெரியாமதான் கேக்குறே.."

"எங்களப் பத்தி ஒங்களுக்குத் தெரியும். நாங்க தலையிட்டா அது நல்லதுலதான் முடியும். ஒங்க வூட்டு மாமியார் மருமகள் பிரச்சினை பத்திப் பேசதான் வந்திருக்கோம்."

"அது எங்க வூட்டு பிரச்சினை. நீங்க பஞ்சாயத்து பண்ணறதுக்கு என்னா இருக்கு. மாமியாரும் மருமவளும் இன்னிக்குச் சண்டை போட்டுக்குவாங்க, நாளைக்குக் கூடிக்குவாங்க. அதைப் பேசற துக்கா இம்மா தூரம் வந்திருக்கீங்க.."

"வாத்தியார் எம்மா விவரமா பேசுறாரு பாருங்க.."

செய்தித்தாளைப் படித்தபடி நாராயணன் சொன்னார்.

"நாங்க வந்து ஒங்க வூட்டுப் பிரச்சினைய பேசறது கௌரவக் குறைச்சலா இருக்கா.."

"அப்புறம்.."

மூக்குக் கண்ணாடியை மேலே தூக்கிவிட்டு விழிகள் அகலக் கேட்டார்.

"நீங்க வீட்டுப் பிரச்சினன்னு சொல்றீங்க. ஆன ஒங்கப் பிரச் சினை வூட்டு வாசப்படி தாண்டி ஊருல பல பேருக்குத் தெரிஞ் சிருக்கு."

"அதுக்காவ, பொம்பளய்ங்களுக்கு ஊரு கதை பேசுறதுதான் பொழப்பு. அவுங்க அவுங்க இஷ்டத்துக்கு கதை கட்டி வுடுவாங்க. அதைக் கேட்டுட்டு வந்திட்டீங்களா?"

"ஊருல இருக்கிறவங்க சொல்லி வர்ல, உள்ளவங்க சொல்லிதான் வந்திருக்கோம்."

“ஆரு சொன்னா...என்னா சொன்னாங்க..”

வாசலுக்கு வந்த பூங்கோதை இதைக்கேட்டதும் சட்டென்று,

“ஆரு... எங்வூட்டுல இருக்கே அது சொல்லிச்சா..”

அகங்காரமாகக் கேட்டாள்.

“ஆமாம்மா.. மருமவதான் சொல்லிச்சு.. அதைக் கூப்பிடுங்க..”

“ஏ ஆர்த்தி இங்க வா இவுங்க என்னுமோ சொல்லிட்டு இருக்காங்க. என்னா...இதெல்லாம் ஓ வேலதானா..”

வெளியில் வந்த ஆர்த்தி ஆமென்று தலை ஆட்டினாள்.

“ஒனக்கு எம்மா திமிறு, தைரியமிருந்தா பஞ்சாயத்துப் பேச ஆளு கூப்புட்டிருப்பே எங்க கவுரவம் என்னா, மரியாத என்னா... ஏய் நீ கௌம்பு, இனிமே ஒரு நிமிஷம் எங்க வூட்டுல இருக்கக் கூடாது. வெளியப் போடி..”

ஆத்திரம் தொண்டைய அடைக்க பூங்கோதை கத்தினாள்.

“தயவு செஞ்சி கொஞ்சம் பொறுமையா இருங்கம்மா.. நாங்க ஒன்னும் வேத்து மனுஷாளு இல்லே. ஆத்திரப்படாதிங்க. அந்த பொண்ணு கஷ்டப்படுறேன்னு சொல்லிச்சு, விசாரிச்சு சமாதானம் பண்ணிட்டு போவலாமின்னு வந்தோம். தப்பா நினைக்காதீங்க..”

வடிவுக்கரசன் பௌவியமாகச் சொன்னார்.

“ஒன்னுக்கும் ஒதவாததைக் கொண்டாந்து எந்தலையில கட்டிட்டு போயிட்டாங்க. எங்களுக்குதா தெரியும் எங்க கஷ்டம்.”

கண்களில் கொடூரம் பொங்கச் சொன்னாள்.

“ஒங்க கஷ்டத்த தெரிஞ்சுகிட்டு நல்லது பண்ணதான் வந்தோம். நீங்களும் கஷ்டப்படக் கூடாது, வூட்டுக்கு வந்த பொண்ணும் கஷ்டப்படக் கூடாது. எங்கள ஒங்க பொறப்பா நெனைச்சுக்குங்க..”

“என்னா புகார் பண்ணா...இந்தப் பெரிய மனுஷி..”

“அது இதுன்னு ஒன்னு ஒன்னா.. பேசி ஆவப் போறது ஒன்னுமில்லே. ஒங்க சம்பந்தி வூட்டுலயும் ரொம்ப கஷ்டப்படுறதா கேள்விபட்டோம்.”

நாராயணன் சொன்னபோது கதிரேசன் இடைமறித்து,

“அம்மா... நீங்க ரொம்ப கடவுள் பக்தி உள்ளவங்கன்னு தெரியும். பக்தி புண்ணியத்துக்கு வழிகாட்டும், அதே சமயத்துல பாவம், நாம சேத்து வைக்கிற புண்ணியத்தைக் கரைச்சுடும். சுருக்கமா

சொல்றே, ஆயுதத்தால கொலை செய்யிறதும் வார்த்தையால ஒருத்தர காயப்படுத்துறதும் ஒன்னுதான். கடுமையா சொல்லுற வார்த்தை கொலைக்குச் சமானம். ஒருத்தரு மனச பதர வைச்சு கஷ்டப்படுத்துறது பாவமில்லியா, கொஞ்சம் யோசிச்சு பாருங்க"

"அப்புடி நானு என்னா சொல்லிட்டே.."

"தோ.. இப்ப வூட்டைவிட்டு வெளிய போன்னு சொன்னீங்களே. அது என்னா சாதாரண வாத்தையா? அங்க பாருங்க.. அந்தப் பொண்ணு எப்புடி ஒடுங்கி நிக்கிது.."

"அவ நல்லா நடிப்பா.."

"அம்மா.. தாட்சண்யமில்லாம பழி போடாதீங்க. மகாபாவம், அந்தப் பொண்ணு நடிச்சு என்னா சாதிக்கப் போவுது. சொல் லுங்க.."

"இன்னொரு மண்ணுல முளைச்ச செடியைப் புடுங்கி வந்து இங்க நட்டு வச்சிரிக்கீங்க.. அது வாடாம, கருவாம, வேர் பிடிச்சு வளரத்துக்கு நாளாவும். வாழ வந்த பொண்ணும் அப்புடிதான். எதச்சொன்னாலும் அன்பா சொல்லுங்க. பொறுமையா சொல் லுங்க, தப்பே செஞ்சாலும் பரவாயில்லேம்மான்னு பெருந்தன் மையா மன்னிசுடுங்க. ஏம்மா நான் ஒன்னு கேக்குறேன் தப்பா நெனைக்க கூடாது, ரெண்டாவது மூனாவது படிச்ச நீங்க கவுரவம் மதிப்புன்னு பேசுரீங்களே, எஞ்சினீயரிங்க் படிச்ச பொண்ணுக்கு கவுரவம் இருக்காதா? வேலைக்கு போனா நாப்பது அம்பதாயிரம் சம்பாரிக்கிற பொண்ணு அது. ஒங்களுக்கு அடுப்படியை வுட்டா என்னா தெரியும் சொல்லுங்க.."

வெகு நாட்களாகத் தான் கேட்கவேண்டிய கேள்வியை மனைவியிடம் வந்தவர்கள் கேட்டதைக் கண்டு தண்டபானி வாத் தியாருக்கு உள்ளுக்குள் ஒரு திருப்தி.

"இப்ப என்னா.. என்னவிட அவ பெரிய மனுஷின்னு சொல் றீங்களா?"

"ஆரு பெரியவங்க ஆரு சின்னவங்கன்னு சொல்லுல. வயசில, அனுபவத்தில எப்புடி நீங்க பெரிய மனுஷியோ அப்புடி அந்தப் பொண்ணும் படிப்பில, அறிவுல பெரிய மனுஷின்னு சொல்றோம். எல்லாரையும் சமமா பாக்கனும். பெரியவங்கன்னு அகங்காரம் இருக்கக் கூடாது."

"அவகிட்டே என்னப் பணிஞ்சு போவச் சொல்றீங்க.."

"ஐயய்யோ.. ஒங்கள ஆரு பணியச் சொன்னா. மருமவகிட்டே

அன்பா நடந்துக்கச் சொல்றோம். அவ்வளவுதான். அன்பா பேசுனா பணிஞ்சு போனதா ஆவுமா?"

"சரிம்மா... நாங்க முடிவா ஒன்ன சொல்லிட்டுக் கௌம்புறோம். உலகத்துல என்னென்னமோ நடக்குது. அந்தப் பொண்ணு கஷ்டம் தாங்காம ஏதாவது ஒன்னு கெடக்க ஒன்னு செஞ்சிகிட்டா நீங்க மூனுபேரும் ஜெயிலுக்குப்போயி கம்பி எண்ண வேண்டியதுதான். கல்யாணமாயி மூனு வருஷத்துல மருமவ தற்கொலை செஞ்சுகிட்டா, விசாரனை இல்லாம ஜெயில்ல போட்டுறுவாங்க. ஒங்கள பயமுறுத்த சொல்லுல. யதார்த்தத்த சொல்றோம். மனசு கேக்காம அந்தப் பொண்ணு ஏதாச்சும் செஞ்சுட போவுதேன்னு நாங்க வந்தோம். எங்களுக்கு வேண்டியிது, எல்லாரும் நல்லா இருக்கனும். சமாதானமா சந்தோஷமா இருக்கனும். அவ்வளவுதான்.

"எங்க சொந்த வேலைய வுட்டுட்டு நாங்க வூடுவூடாப் போவறது இதுக்குதான். எங்கள சரியா புரிஞ்சிக்கிட்டா போதும்."

"ஏம்மா.. எங்க மேல ஒங்களுக்குக் கோவமில்லியே..!"

வடிவுக்கரசன் கேட்டதற்கு இல்லை என்று தலையாட்டிய பூங்கோதையின் முகம் சற்று சாந்தமாகக் காணப்பட்டது.

"நாங்க ஒரு யோசனை சொல்றோம் கேப்பீங்களா.."

"சொல்லுங்க.."

அதுவரை வாசல் நிலைக்கருகில் நின்றவள் பக்கத்திலுள்ள படியில் அமர்ந்தபடி சொன்னாள்.

"முடிஞ்சா மருமவள பையன் இருக்கிற இடத்துக்கு அனுப்புங்க. பாஸ்போர்ட், விசா இதுக்கெல்லாம் நாளாவுற மாதிரி இருந்தா அதுவரிக்கும் அந்தப் பொண்ண எங்காவது வேலைக்கு அனுப்புங்க. படிச்ச படிப்பு வீணாவக் கூடாது."

மருமகள் ஆர்த்தி முகத்தில் மகிழ்ச்சி தெரிந்தது.

"பையன் என்னா சொல்றான்னு பாக்கலாம்."

அமைதியாகப் பூங்கோதைச் சொன்னாள்.

"சரிம்மா நாங்க கௌம்புறோம். மருமவள நல்லா பாத்துக்குங்க. பாப்பா.. நீயும் அத்தை என்னா சொல்வாங்க, என்னா நெனைப்பாங்கன்னு புரிஞ்சு நடந்துக்கனும். ஒங்க பையன்.. ஃபோன் நம்பர குடுங்க, பேசுறோம். கட்டுன புருஷனும் பொண்டாட்டிக்கு ஆதரவா இருக்கனுமில்லே. நம்மவூட்டுக்கு வந்த பொண்ண குறையில்லாம நாமதான் பாத்துக்கனும்.."

எல்லோரும் எழுந்தனர். டீ சாப்பிட்டு போகலாம் என்று பூங்கோதை சொன்னாள். இன்னொருநாள் வருகிறோம். நீங்கள் எல்லோரும் சந்தோஷமா, சமாதானமா இருப்பதைப் பார்த்துவிட்டு டீ என்ன சாப்பாடு போடுங்கள் சாப்பிடுகிறோமென்று கூறியபடி கிளம்பிச் சென்றனர். தண்டபானி வாத்தியார் தன் பங்கிற்கு எழுந்து வந்து வழியனுப்பி வைத்தார்.

வீட்டிற்குச் செல்லும் போது திடீரென்று நினைவு வந்து நாராயணன் சொன்னார்,

“இந்த வருசம் கலைநிகழ்ச்சிக்குப் பணம் இன்னும் வசூல்ஆகல. நாளைக்கு வசூலுக்குப் போனா நல்லதுன்னு நினைக்கிறே.”

“பாக்கலாம். பெரிய கடை முதாலாளிகிட்டே டொனேஷன் வாங்குவோம், மத்தபடி இஷ்டப்பட்டு தெரிஞ்சவங்க அறிஞ்சவங்கிட்ட வசூல் பண்ணா போதும். எல்லாருகிட்டயும் வசூல்பண்ணி, நாம ஏதோ பணத்தைக் கையாடுறோமின்னு எவனாவது காத்துல ஊதி வுடுவானுங்க. அதுக்கெல்லாம் எடங்குடுக்கக் கூடாது.”

“நான் எங்க பள்ளிவாசல் தலைவருகிட்ட டொனேசன் வாங்கி தர்றேங்க..” சையத் இப்ராஹிம் சொன்னார்.

“வேணாம் பாயி. தேவையா இருந்தா பாத்துக்கலாம். பிரோகிராம் நல்லாயிருக்கனும். நம்ம அமைப்பபத்தி சனங்களுக்கு நல்ல அயிப்ராயம் வரனும். அதான் முக்கியம்.”

வடிவுக்கரசன் அழுத்தமாகச் சொன்னார். தன் வீடு வந்ததும் நாராயணன் சொல்லிக்கொண்டு செல்ல மற்றவர்களும் விடை பெற்று தத்தம் வீட்டிற்குச் சென்றனர்.

பஜனைக் கோயில் தெருவில் வசிக்கும் பெருமாள் நாயுடுவுக்கும் தனபாலுக்கும் பத்து வருடமாக நீதிமன்றத்தில் வழக்கு நடக்கிறது. வரப்புத் தகராறில் கைகலப்பு ஏற்பட்டு சண்டையில் பெருமாள் நாயுடுவின் மைத்துனன் அடிபட்டு இறந்து போனான். கோபத்தில் நடந்துவிட்ட விபத்து மரணம். தனபால் மேல் கொலை வழக்கு பதிவாகிச் சில மாதங்கள் சிறைக்குப் பின் ஜாமினில் வெளிவந்திருக்கிறான். பெருமாள் நாயுடுவின் கண்களில் தனபால் பட்டுவிட்டால் கோபமும் விரோதமும் எரிமலையாய்க் கொப்பளிக்கும். தனபாலுக்கு எப்படியாவது ஆயுள் தண்டனை அல்லது தூக்கு தண்டனை கொடுத்தால்தான் நாயுடுவின் வன்மம் தணியும். அடிபட்டு இறந்து போனவனின் குடும்பத்துக்கு நஷ்ட ஈடாக மூன்று லட்சம் பணம் தருவதாகச் சொல்லிப் பார்த்தான். கோர்ட்டுக்கும்

வீட்டிற்கும் அலைந்து அலைந்து அலுத்துப் போயும் நாயுடுவின் மனம் இறங்கவில்லை. ஒரு மாலைப்பொழுதில் நாராயணன், தன பாலைச் சந்திக்கும் வாய்ப்பு கிட்டிற்று.

“தனபால் எப்புடி இருக்கே..”

“இருக்கண்ணே..நிம்மதியில்லாம ஏதோ கெடக்கறே..”

“கேசு என்னாச்சுப்பா..”

“வாய்தா வாய்தான்னு நாளு ஓடிகிட்டு இருக்கு. தூக்கு தண் டனை குடுத்து செத்துட்டாக்கூட பரவாயில்லேன்னு இருக்கு..”

“என்னப்பா அப்புடி சொல்றே..”

“இப்புடியெல்லாம் ஆவுமின்னு தெரிஞ்சா, நீ எந்த வரப்பயாவுது வெட்டிட்டு போடான்னு வுட்டுட்டு போயிருப்பே..”

“என்னா பண்ணறது எல்லா ஞானமும் பட்டாதானே புரியுது.”

“அண்ணே.. ஒங்க அமைப்பு மூலமா பெருமாள் நாயுடுகிட்டே பேசிப்பாருங்களே, நஷ்டஈடு குடுக்குறே.கேஸை வாபஸ் வாங்கனா போதும். நானும் எம்புள்ளயுலும் மீதியிருக்கிற காலத்த நிம்மதியா ஓட்டிப்புடுவோம்.”

“நாங்க பேசறம்பா..நீ நிம்மதியா போ..”

மிகுந்த நம்பிக்கையோடு தனபாலை அனுப்பிவைத்தாலும், தாங்கள் இந்த கேஸ் விவகாரத்தில் தலையிட்டு சமரசம் செய்து வைக்க முடியுமா என்கிற ஐயம் எழாமலில்லை. வடிவுக்கரசன் மற்றும் நண்பர்களுக்குத் தகவல் எட்டிற்று. கொலைவழக்கு என்பதால் ஐந்தாறு பேர் சென்றனர். ஆசீர்வாதம், இருதயராஜ் இருவரும் அவர்களுடன் சேர்ந்து கொண்டனர்.

இவர்கள் பெருமாள் நாயுடு வீட்டை அடையும்போது அவர் வீட்டில் இல்லை. ஆனாலும் நாயுடுவின் மனைவி வரவேற்றாள். ஐந்து நிமிடத்தில் நாயுடு வந்துவிட்டார். இவர்களைக் கண்டதும் விஷயத்தை எளிதில் நாயுடு புரிந்துகொண்டார். வழக்கின் முக்கியக் கருத்து, தனபால் வேண்டுமென்று கொலை செய்யவில்லை. மரணம் அசம்பாவிதமாக நடந்ததென்பதை நாயுடு புரிந்துகொள்ளச் செய்ய முயன்றனர். கோர்ட் கேஸ் என்று அலைந்து பணச்செலவு ஒரு பக்கமிருந்தாலும் மன உலைச்சலுக்கும் அயர்ச்சிக்கும் ஆளாக வேண்டியிருப்பதைப் பேசி உணரச் செய்தனர். சென்ற ஆண்டு உடல் நலமில்லாமல் படுத்த தனபால் செத்துப் போயிருந்தால் கேசும் முடிந்துபோயிருக்கும், நாம் இப்போது பேச வேண்டிய

அவசியம் இல்லாமல் போயிருக்கும் என்கிற யதார்த்தத்தை நெஞ்சைத் தொடும்படி வடிவுக்கரசன் எடுத்துச் சொன்னார்.

தாங்கள் சொன்ன உண்மைகளை ஓரளவு ஏற்றுக்கொண்டு நாயுடு மெல்ல இறங்கி வருவதைப் புரிந்துகொண்டு வடிவுக்கரசன் மேலே சொன்னார்,

"நாயுடு...பிரச்சினையான அந்த நெலத்தைகூட ஒங்களயே வச்சுக்கா சொல்றான் தனபால். பணமும் குடுக்கிறதா சொல்றாப்பில நீங்கதான் நல்ல முடிவு சொல்லனும்.."

"ஒன்னும் யோசனை பண்ண வேணா நாயுடு. செத்துபோனவ போயிட்டான். அவன் விதி அவ்ளவுதான். தனபாலை ஜெயில்ல போட்டாலும், தூக்கில போட்டாலும் ஒங்களுக்குக் கெடைக்கப் போறது ஒன்னுமில்லே. செத்துபோன மச்சான் குடும்பம் மாதிரி நாளைக்கு தனபால் குடும்பமும் திக்கத்து நிக்கனுமா.."

இருதயராஜ் சொன்ன வார்த்தைகள் நாயுடுவின் இதயத்தை அசைத்தது. "நீங்க எப்படிச் செய்யுனுமோ செய்யுங்க..!" என்று நாயுடு சொன்னதும் எல்லோர் முகத்திலும் மகிழ்ச்சி நிரம்பியது. தனபாலை வரவழைத்துப் பேசி முடித்து, வழக்கை வாபஸ் வாங்கும்படி சொல்லிவிட்டு, வடிவுக்கரசனும் நண்பர்களும் விடை பெற்றனர். தனபால் ஓடிவந்து வடிவுக்கரசனின் கைகளைப் பற்றித் தன் கண்களில் ஒற்றிக்கொண்டு உணர்ச்சி பொங்கக் கலங்கிய விழிகளோடு நன்றி சொன்னான்.

இப்படி ஏதோ ஒரு பிரச்சினையில் மாட்டிக்கொண்டு அன்றாடம் நிம்மதியின்றி தவிக்கும் மக்களின் வாழ்வில் அமைதியை ஏற்படுத்தும் வகையில் வடிவுக்கரசனுக்கும், நண்பர்களுக்கும் இனம்புரியா மகிழ்ச்சியும் மற்ற எதிலும் கிடைக்காத மனநிறைவும் ஏற்படும். அதில் தங்களை மறந்து இரவில் உறங்க முடிகிறது.

ரேஷன் கடைக்குச் சென்று தமிழக அரசு வழங்கும் இரண்டாயிரம் ரூபாயை வாங்கிக்கொண்டு கதிரேசன் திரும்பிக்கொண்டிருந்தார். வழியில் வடிவுக்கரசனைக் கண்டதும்,

"எங்க ஆளையே காணோம். ஊருக்குப் போயிருந்தீங்களா?"

"புதுக்கோட்டை, மகள் வீட்டுக்குப் போனே. பேரப் பிள்ளைங்களோட இருந்தது ஒரு வாரம் போனதே தெரியில.. நேத்துதான் வந்தே.."

"தாசில்தார் மணிவாசகம் பிள்ளை வூட்டுல பிரச்சினைன்னு கேள்விப்பட்டே."

“ஆமா...நானும் கேள்விப்பட்டே. ஒரு வருசமா வூட்டுல ஒருத்தருக்கு ஒருத்தர் பேச்சு வாத்தையே இல்லியாம். எனக்கு அதான் புரியில..”

“நாம போயி விசாரிச்சு பாப்போமே..”

“எனக்கும் அப்படித்தான் தோனுச்சு. தாசில்தாரா ரிட்டையர் ஆனவர், வசதியான குடும்பம். எல்லாரும் படிச்சவங்க..”

“ஏங்க.. பணக்காரனா, படிச்சவனான்னு பாத்தா வருது பிரச்சினை. நாம பேசிப் பாப்போமே..”

“சரி வாங்க.. நாராயணன் ஊர்லதானே இருக்காரு.. ஃபோன் பண்ணி சொல்லுங்க. அப்படியே சுப்பா ரெட்டியாரையும் கூட்டிட்டுப் போவலாம்..”

“பதினோறு மணிக்கு மேலப் போவலாமா..”

“ம்ம்..பிள்ளையார் கோயில்கிட்ட நான் நிக்கிறே வாங்க..”

அகலமான இரும்பு கேட்டைத் தள்ளிவிட்டு வடிவுக்கரசனும், அவர் நண்பர்களும் மணிவாசகம் பிள்ளை வீட்டில் நுழைந்தனர். எழுபது எண்பது வருட பழைய வீடு அது. வராந்தாவில் ஈஸி சேரில் பிள்ளை சாய்ந்து கண்மூடி உட்கார்ந்திருந்தார். ஹாலில் உள்ள டிவியில் சிறுவர்கள் கார்ட்டூன் பார்த்துக்கொண்டிருந்தனர். வடிவுக்கரசனும் நண்பர்களும் வணக்கம் சொல்லிவிட்டு எதிர்புரம் உள்ள மரபெஞ்சில் அமர்ந்தனர். பிள்ளை மெல்ல நிமிர்ந்து உட்கார்ந்தார். பிள்ளைக்கு வடிவுக்கரசனும், சுப்பா ரெட்டியாரும் ஓரளவு முகப்பழக்கம் உள்ளவர்கள். நலம் விசாரித்தனர். முகத்தில் மலர்ச்சி இல்லாமல் பதில் சொன்னார்.

ஒரு வருடத்திற்கு முன்பு மனைவிக்கும் அவருக்கும் வாக்குவாதம். இவர் வேகமாகப்பேச, அவரும் பேச கோபத்தில் அறைந்துவிட்டார். கை நீட்டும் பழக்கமில்லாதவர்தான். மனைவி பேசிய விதம், வீட்டிற்கு அதிகாரமுள்ளவர் என்கிற ரீதியில் கோபத்தில் அடித்துவிட்டார். சண்டை எதற்காக எழுந்தது என்கிற காரணம் மறைந்து அடித்துவிட்டார் என்பது பெரிய குற்றமாகப் பார்க்கப்பட்டது. வள்ளியம்மையும் சரிக்குசமமாகப் பேசிவிட்டாள். இதே வீட்டில்தான் இரண்டுமகன்களும் குடும்பத்தோடு வசிக்கின்றனர். அம்மாவை, அப்பா அடித்துவிட்டார் என்றதும் மகன்களுக்கு அப்பா மேல் கோபம் வந்து அவர்கள் பங்கிற்கும் பேசிவிட்டனர்.

“வயசான காலத்துல கைநீட்டி அடிப்பாங்களா?” அப்பாவைக் கண்டித்த மகன்கள் அன்று அவரோடுப் பேசியதோடு சரி, ஒரு

வருடமாகிவிட்டது; இன்று வரை ஒரு வார்த்தை பேசவில்லை. கணவன்மார்கள் பேசவில்லை என்பதால் மருமகள்களும் பேசத் தயங்கினர்.

வீட்டில் ஒருவருக்கொருவர் பேச்சுவார்த்தை இல்லையே ஒழிய, நடக்கவேண்டிய காரியங்கள் தடையின்றி நடந்தன. வீட்டைக் கூட்டி பெருக்கி சுத்தம் செய்ய, சமையல் செய்ய, துணிமணிகள் துவைக்க, பாத்திரம் துலக்க என்று எல்லாவற்றுக்கும் ஆட்கள் இருக்கின்றனர். அப்புறமென்ன! வேளா வேளைக்குச் சாப்பிட்டு உறைய வேண்டியதுதான். பேரப் பிள்ளைகள் தாத்தாவிடம் எப் போதாவது பேசும். வீட்டில் எல்லோருமே இயந்திர கெதியில் இயங்கினர். ஆளரவம் கேட்காது. டிவி சப்தம் மட்டும் கேட்கும். விரும்பத்தகாத இந்தச் சூழலுக்கு எல்லோரும் பழகிவிட்டனர்.

தாசில்தார் மணிவாசகம் பிள்ளை வீட்டில் இப்படியொரு சூழல் என்பது வேலைக்காரர்கள் மூலமாகச் சிலருக்குத் தெரிய வந்தது. ஏன் இப்படியிருக்கிறீர்கள் என்று உரிமையாக, துணிச் சலாக கேட்க யாரும் முன்வரவில்லை. வயதில் மூத்தவர் இறங்கி வந்து பிள்ளைகளுடன் பேசியிருக்கலாம் அல்லது பிள்ளைகளா வது அப்பா பெரியவராச்சே என்று பணிந்து பேச முன்வந்திருக் கலாம். எல்லோருக்கும் அவரவர் லெவலில் ஈகோ.

ஆர்வத்தோடு பிரச்சினையைத் தீர்த்து வைப்போமென்று வந்தவர்கள், எப்படிப் பேச்சைத் துவங்குவதென்று புரியாமல் ஒருவர் முகத்தை ஒருவர் பார்த்துக்கொண்டு அமர்ந்திருந்தனர். எதேச்சையாக ஹாலுக்குவந்த பிள்ளையின் மனைவி வள்ளியம்மை, அவர்களைப் பார்த்து புன்னகைத்து வரவேற்றார். மாதம் தவறா மல் பென்சன் எல்லாம் வருகிறதா என்று கேட்டு வடிவுக்கரசன் பேச்சைத் தொடங்கினார்.

“ம்ம்... பேங்கில போடுறாங்க. வந்துதா வர்லையான்னு ஆரு பாக்குறா..”

“வீட்டுலே ஏதோ மன வருத்தம். ஒருத்தரும் பேசிக்கிறதில்லேன்னு கேள்விப்பட்டோம்..”

“வருத்தந்தான். புத்தி கெட்டுப் போயி ஒரு நாளு அவ மேல கைய நீட்டிபுட்டேன். வயசாச்சே ஒழிய நமக்கெல்லாம் பொறும இல்லே. அந்த கோவத்துல அவளும் பேசறதில்லே. நானும் பேசற தில்லே. தோ பாருங்களே.. ரெண்டு நாளா ராத்திரியில லொக்கு லொக்குன்னு இருமிகிட்டு கெடக்குறா.. எழுந்திருச்சிப் போயி என்னாச்சுன்னு கேக்கனுமின்னு பாக்குறே..”

நிலைப்படி ஓரத்தில் நின்று அவர் சொல்வதைக் கேட்ட வள்ளியம்மை,

"ஏங்க.. என்னை சொல்றாறே, அவுரு காலப் பாருங்க.. எங்கியோ இடிச்சுகிட்டு வந்து கட்டு போட்டுட்டு ஒக்காந்திருக்காரு. வலியில நேத்தியெல்லாம் ஒரே மொனவல்.."

"நீங்க போயி என்னாச்சின்னு கேக்க வேண்டியதுதானே.."

"ஆவுங்க எப்படிப்பா கேப்பாங்க..தப்பு செஞ்சது நானு. என்ன மன்னிச்சிடு வள்ளி.."

அவர் சொல்லி முடிப்பதற்குள் ஓடி வந்து அவர் கையைப் பிடித்துக்கொண்டு,

"பெரிய வாத்தையெல்லாம் சொல்லாதீங்க.."

"இல்லே வள்ளியம்மே, ஆம்பள திமிறுல கை நீட்டனது என் தப்புதான்.."

அவர் கலங்கியபடி சொல்ல, வள்ளியம்மை கண்களில் தாரையாகக் கொட்டியது. கண்களைத் துடைத்தபடி அவர் காலிலிருந்த கட்டை அவிழ்த்துப் பார்த்துவிட்டு, வீட்டிற்குள் சென்று மருந்து கொண்டுவந்து போட்டு, புதுத் துணியால் நன்றாக கட்டுப் போட்டாள்.

"ஏம்மா.. இவ்வளவு பாசத்தை வைச்சுகிட்டு ஒரு வருசமா எப்படிப் பேசாம இருந்தீங்க.."

"ஒரு வருசமா பேசாம இருந்ததாலதான் பாசம் வெளிய வந்திருக்கு.."

நாராயணன் கேட்டதற்கு சுப்பா ரெட்டியார் பதில்சொன்னார். வெளியில் சென்றிருந்த பிள்ளையின் மூத்தமகன் சிவநேசன் உள்ளே நுழைந்தான். அப்பா காலில் அம்மா கட்டுப்போடுவதைப் பார்த்துவிட்டு 'என்னப்பா ஆச்சி' என்று கரிசனத்தோடு நெருங்கினான். கலங்கிய அப்பா அம்மா முகத்தைப் பார்த்ததும் அவனுக்கும் அழுகை வந்தவிட்டது.

"சாரிப்பா...சாரி அப்பா..ஒங்கள கவனிக்காம பேசாம இருந்தது எங்க தப்புதான், சாரிப்பா.."

தழுதழுத்த குரலில் சொல்ல, மகனின் கையைப் பிடித்து சமாதானப்படுத்தினார். உள்ளே இருந்து எட்டிப் பார்த்த மருமகள்கள் இருவரின் முகத்திலும் மகிழ்ச்சி. மாடியிலிருந்து இறங்கி வந்த இளைய மகனும் அவர்களோடு சேர்ந்துகொண்டான்.

வடிவுக்கரசனும் அவர் நண்பர்களும் வந்த வேலை இனிதே முடிந்ததென்று எழுந்தனர்.

"இருங்க.. எங்க கிளம்பிட்டீங்க.. ஒக்காருங்க.. எல்லாரும் சாப்புட்டுட்டுதான் போவனும்.."

வள்ளியம்மையிடம் எல்லோருக்கும் சாப்பாடு தயார் செய்யும் படி பிள்ளை ஆணையிட்டார்.

●

சலனம்...சஞ்சலம்

நான்கைந்து நாட்களாக கண்ணையன் தண்ணீர் கூட இல்லாமல் சுருண்டுகிடந்தான். ராணுவத்தில் சில காலம் பணி யாற்றிவிட்டு பெரம்பூர் ஐ.சி.எஃபில் வேலை பார்க்கிறான். வீட்டிலும் நண்பர்களுடனும் கலகலப்பாக ஜாலியாகப் பேசக் கூடியவன். தினமும் இரவில் பீர், பிராந்தி, விஸ்கி போன்ற மது கைவசமிருந்தால் போதும். கொண்டாட்டத்திற்குக் கேட்கவே வேண்டாம். மது புட்டிகளைத் திறந்து வைத்துக்கொண்டு அதைக் காலி செய்தபடி மனைவி பிள்ளைகளோடு சந்தோஷமாக அரட்டை அடிக்க ஆரம்பித்துவிடுவான். இந்த நாற்பத்தைந்து வயதுவரை தலையைப் பிய்த்துக்கொள்ளும் அளவிற்குக் கவலை யோ பிரச்சினையோ பாதித்ததில்லை. தன் வாழ்க்கையே போய் விட்டது என்கிற வேதனையில் புயலடித்து சாய்ந்த மரம் மாதிரி துவண்டு கிடந்தான்.

கண்ணையனுக்கு இரண்டு பெண்கள் ஒரு பையன். மூத் தவள் அனுசூயா பி.காம் படித்துவிட்டு தனியார் கம்பெனியில் வேலை பார்க்கிறாள். இரண்டாவது பெண் அனுபாமா பனி ரெண்டாம் வகுப்பும், பையன் எட்டாம் வகுப்பும் படிக்கின்றனர். பிள்ளைகளை ஆங்கிலக்கல்வி பள்ளிக்கூடங்களில் படிக்க வைத்த தால் வீட்டில் பல நேரங்களில் கண்ணையன் பிள்ளைகளோடு ஆங்கிலத்தில் உரையாடுவான். பார்ப்பவர்களுக்கு வீண் பந்தா போலத் தோன்றும். யாரோ ஒருவர் எதையாவது ஆங்கிலத்தில் கேட்க ஆரம்பித்துவிட்டால், இயல்பாகவே பதிலும் ஆங்கிலத்தி லேயே துவங்கிவிடும். படிப்பில் பிள்ளைகள் படுசுட்டி. கண்ணை யனுக்கு தன் பிள்ளைகள் பற்றிய கர்வமும், பெருமையும் கொஞ் சம் கூடுதல்தான்.

காலையில் வழக்கம்போல அம்மாவிடம் சாப்பாட்டு டப் பாவை பெற்றுக்கொண்டு 'போய் வர்ரேம்மா...' என்று சொல்லி விட்டு போன மகள் அனுசூயா இரவு பத்து மணியாகியும் வீடு திரும்பவில்லை. யார் யாரிடமெல்லாமோ கேட்டுப் பார்த்தனர். ஸ்கூட்டரை எடுத்துக்கொண்டு தன் நண்பனோடு கண்ணையன்

இரவு முழுக்க அலைந்து தேடியும் மகள் கிடைக்கவில்லை. மகள் என்ன ஆனாளோ என்று மனம் போனபடி யெல்லாம் எண்ணி எண்ணி கலங்கினான். அனைவரையும் கவலையில் ஆழ்த்திய கேள்விக்கு சரியாக இருபத்து நான்கு மணி நேரம் கழித்து விடை கிடைத்தது. அதேத் தெருவில் வசிக்கும் பஷீர் அஹமத்துடன் அனுசூயா ரயிலேறி விட்டாள். மகள் எவனோடோ ஓடிவிட்டாள் என்ற சேதியைக் கேட்டு அதிர்ச்சியில் நின்ற நிலையில் நிலத்தில் விழுந்தவன்தான், ஆச்சு ஐந்து நாளாகப் போகிறது கண்ணையன் எழவே இல்லை.

மிகவும் செல்லமாக எல்லா சுதந்திரத்தையும் கொடுத்து மகளை வளர்த்த அருமையை எண்ணி எண்ணி புலம்பி அழுதான். “அனும்மா.. அனுக்கண்ணு... நைனாவை ஏமாத்திட்டயேம்மா... என்ன ஏமாத்திட்டயே” என்று அடிக்கடி கண்ணையன் சொல்லி அழுதக் காட்சி அனைவரையும் உருக வைத்தது. மகள் இறந்து விட்டது போன்ற சோகமும், துக்கமும் கண்ணையனை தலை தூக்கி எழவிடவில்லை. சென்னைப் பட்டினத்து பல தெருவிலும் நடக்கும் இது போன்ற நிகழ்ச்சியை அனுசூயாவின் தாய் சரோஜினி நன்றாக அறிவாள். ஆகையால் பெரிதாக துவண்டு போய் விடாமல் கணவனுக்கு சமாதானம் சொல்லிப் பார்த்தாள். மது போதை குறையும் போது மெல்ல எழுந்து குடித்துவிட்டு மீண்டும் சுருண்டு கொள்வான். அவனருகில் உட்கார்ந்து சரோஜினி எவ்வளவோ சொல்லியும் ஒரு வாய் ஆகாரம்கூட குடலுக்குச் செல்லவில்லை.

ஒரு முஸ்லீம் பையனோடு மகள் ஓடிவிட்டாள் என்ற நினைப்பு எழும்போதெல்லாம் நெஞ்சு அடைத்து கண்களில் நீர் கொட்டும். தனக்கு நேர்ந்த பெரிய அவமானமாக எண்ணி மனங் குறுகிப் போவான். இதே கதியில் மூன்று வாரம் சென்றிருக்கும். குரோம்பேட்டையில் இருவரும் குடும்பம் நடத்துகிறார்கள் என்று செய்திக் கிடைத்தது. மகளின் மண வாழ்வைப்பற்றி கண்ணையன் கட்டிய கோட்டை தகர்ந்துவிட்டது. ஒரு மாதத்திற்கு மேல் கண்ணையன் வேலைக்குச் செல்லவில்லை. கம்பெனியில் நண்பர்களை எந்த முகத்தோடு சந்திப்பது என்று அவமானத்தால் வீட்டில் கவிழ்ந்தே கிடந்தான்.

கண்ணையன் ஓரளவு விஷய ஞானமுள்ளவன்தான். இதே விஷயம் மற்றவர்களுக்கு நேர்ந்திருந்தால் அதன் அனுகுமுறையே வேறு. தனக்கே ஏற்பட்டுவிட்டதே என்றபோது துயரத்திலிருந்து

மீள முடியவில்லை. தினத்தந்தி பேப்பரில் கண்ட செய்தியாகவோ, நண்பர்கள் கேலியாகப் பேசப்படும் செய்தியாகவோ அவனால் கடந்து போக முடியவில்லை. தன் வளர்ப்பு சரியில்லை, பிள்ளை களிடம் நல்லது கெட்டவைகளைச் சொல்லி வளர்க்கவில்லை என்று தன்னையே குறை கூறிக்கொள்வான். நாளின் அதிகப் பட்ச நேரத்தை மது மயக்கத்தில் கழித்தான். இரவு ஒன்பது மணி இருக்கும். வீட்டில் யாருமில்லை. எழுந்து வெளியே வந்தவன் பேரக்ஸ் ரோடு வழியே தடுமாறிச் சென்றுகொண்டிருந்தான். எதிரில் வந்த வண்டியின் முகப்பு வெளிச்சத்தில் கண்கள் கூச தடுமாறி இடப்பக்கம் விலகுவதற்கு பதிலாக வல பக்கம் விலக, பின்னால் வந்த வண்டியில் அடிபட்டு மாண்டுபோனான்.

யார் மூலமோ அனுசூயாவிற்கு செய்தி எட்டியது. அன் பனைத்தையும் கொட்டி ஆண் பிள்ளை போல வளர்த்த தகப்பனின் நசுங்கிப் போன உடல் மீது புரண்டு அழுதாள். கண்ணையன் வழி உறவினர்கள் பலரும் தகப்பனைக் கொன்றுவிட்ட க்ராதகி என்று தூற்றினர். நான்கைந்து வீடு தள்ளிதான் பஷீர் அஹமதின் வீடும். பள்ளிக் காலத்திலிருந்தே அரும்பி வந்த காதல். அனுசூயா வீட்டிற்கு பஷீர் சிறு வயதிலிருந்தே சுதந்திரமாக வந்து போகக் கூடியவன் தான். இவர்கள் காதலின் அடிச்சுவட்டையோ, சாய லைக்கூட யாரும் கண்டதில்லை. மதம், இனத்தைத் தாண்டிய காதல் அது.

தன் காதல், பெற்ற தகப்பனைக் கொள்ளை கொண்டுபோய் விட்டதே என்ற சோகம் அனுசூயாவின் ஆழ் மனதில் ஆறா புண் ணாகப் பதிந்துவிட்டது. ஆனாலும், பஷீரோடு மகிழ்ச்சியாக வாழ்ந்தாள். ஒரு மகன் பிறந்தான். மகளின் காதல் வாழ்க்கையை அப்படியே சரோஜினியால் ஏற்கமுடியாமல் போனாலும் பிள்ளை பெற்று யார் துணையுமின்றி துவளும் மகளுக்கு உதவியாக இருந் தாள். தங்கையும் தம்பியும் அனுசூயாவுக்கு ஆறுதலாக இருந் தனர். அவர்களைக் கரையேற்ற தன் சம்பாத்தியத்தில் பெரும் பகுதியை செலவிட்டாள். அனுசூயா, தன் குடும்பத்தார் அனை வரோடும் ஒட்டுறவோடு வாழ்ந்தபோது பஷீர் அஹமத் வீட்டில் அவனை அடியோடு வெறுத்து ஒதுக்கினர். அவனது சம்பாத்தி யம் கூட அவர்களுக்கு தேவைப்படவில்லை. ஆனால், இந்துப் பெண்ணை திருமணம் செய்துக்கொண்டதை மன்னித்து ஏற்றுக் கொள்ள ஒரு ஜீவனும் முன்வரவில்லை. மாறாக, பஷீர் ஒரு பிள் ளைக்குத் தகப்பனான பின்பும் அனுசூயாவை தளாக் செய்து

விட்டு வந்துவிடு என்று சில உறவினர் உட்பட நண்பர்கள் நிர்பந் தித்தனர்.

பஷீரைவிட அனுசூயா அதிக சம்பளம் பெற்று வந்தாள். தொடர்ந்து தமிழ் நாடு பப்ளிக் சர்வீஸ் கமிஷன் மற்றும் வங்கித் தேர்வுகளை முயன்று எழுதி வந்தாள். இடையே தங்கை அனு பாமாவின் திருமணச் செலவை ஏற்று நடத்திவைத்தாள். தந்தை யின் கடமையை தன் தலையில் சுமந்தாள். பல தேர்வுகளை எழுதிய முயற்சி வீண் போகவில்லை. கனரா வங்கியில் வேலை கிடைத்தது. பஷீருக்கு அவ்வளவு மகிழ்ச்சி இல்லை. தன்னுடைய கையை மீறிப் போகிறாள் என்கிற தாழ்வு மனப்பான்மை அவனை இறுகப் பிடித்துக்கொள்ளத் துவங்கிற்று.

மகன் பிரகாஷ்க்கு ஆறு வயதிருக்கும் போது பஷீருக்கு உடல் நலமில்லாமல் போயிற்று. அப்போது அனுசூயா மறைமலை நகர் பிராஞ்சில் வேலை பார்த்து வந்தாள். பையனையும் உடல் நலமில்லாத பஷீரையும் கவனித்துக்கொள்ள மிகவும் சிரமப் பட்டாள். அம்மா சரோஜினி, அனுபாமாவுடன் துணைக்கு இருக்க வேண்டிய சூழல். பேங்கில் தன்னுடன் பணிபுரியும் விக்னேஸ்வரன் பெரிதும் உதவியாக இருந்தான். பஷீரை மருத்துவமனைக்கு அழைத்துப் போக வர, மருத்துவமனையில் சிகிச்சைக்காக இருந்த போதும் விக்னேஸ்வரன் உடன் இருந்தது தெம்பைத் தந்தது. குறு கிய காலத்தில் அனுசூயா குடும்ப நண்பனாகிவிட்டான். நட்பு ரீதியில் அனுசூயாவுடன் விக்னேஸ்வரனின் நெருக்கம் கூடக்கூட, பஷீர் அனுசூயாவுக்கும் இடையே கணவன் மனைவி உறவில் லேசான விரிசல் விடத்தொடங்கியது.

தொடக்கத்தில் தான் வீட்டில் இல்லாதபோது விக்னேஸ் வரன் வருகையை தவறாக நினைக்காத பஷீர், பின்னாளில் விகர் பமாக எண்ணத் தொடங்கினான். வெளிப்படையாக எல்லோரு டனும் சிரித்துப் பேசும் அனுசூயாவின் சுபாவம் அந்த எண்ணத் திற்கு தூண்டுதலாயிற்று. அன்னியோன்யமாக நெருக்கத்தோடு பேசும் அனுசூயாவின் தொனியைக் காண்போர், பஷீர் கணவனா விக்னேஸ்வரன் கணவனா என்றுகூட எண்ணத் தோன்றும். விக் னேஸ்வரன் வீட்டிற்கு வந்து போனால் பஷீரின் முகத்திலிருந்த மகிழ்ச்சி காணாமல் போய்விடும். இதை ஓரளவு புரிந்துகொண்டு அவனை மகிழ்விக்க முயலுவாள். ஆரம்பத்தில் பஷீரின் இந்த குணம் அனுசூயாவை பாதிக்கவில்லை. ஆனால், போகப்போக

பஷீர் தன் வெறுப்பை வெளிப்படையாக கொட்டத் தொடங்கினான். அவனின் வெறுப்புக்கு இன்னொரு காரணமும் இருந்தது. அனுசூயாவை இஸ்லாத்துக்கு மாறச் சொன்னான். "நம்ம வாழ்க்கையில மதங்கிற பேச்சுக்கே எடம் இருக்கக் கூடாது. நீ வேணுமானா முஸ்லீமா இருந்துகோ, நான் நானா இருந்துகிறே" என்று ஆரம்பத்திலேயே கராராக சொல்லிவிட்டாள். மதம் மட்டுமே பிரச்சினையில்லை, விக்னேஸ்வரனும் பிரச்சினைதான். அவனின் மன ஓட்டத்தைப் புரிந்துகொண்டு, இந்த விஷயத்தை இப்படியே விட்டால் நல்லதல்ல என்று ஒரு நாள் கேட்டும்விட்டாள். கேட்பதற்கு தோதாக சூழலும் நேர்ந்தது.

பிரகாஷ்க்கு மூன்று நாட்களாக உடல் நலமில்லை. வழக்கம் போல விக்னேஸ்வரன் வந்து பார்த்துவிட்டுப் போனான்.

"விக்னேஷ் வந்து போனா ஏ ஓம் முகமே மாறிப் போவுது.."

"நான் சரியாதானே இருக்கே.."

"வாயால சொன்னா ஆச்சா ஓம் மூஞ்சைப் பாத்தா தெரியிதே"

"எனக்கென்னமோ அவனப் பாக்க புடிக்கல.."

"அத்த சொல்லு... சரி அவன வீட்டுக்கு வராதேன்னு சொல்லிட்டா..."

"அது உன் இஷ்டம்.."

"எம் மேல சந்தேகப்படுறீயா..?"

"நான் அப்படிச் சொன்னேனா.."

"ஏய்.. ஒன்னமாரி பசங்க புத்தி எப்படின்னு எனக்கு தெரியாதா. ஊருக்குப் போனா வேணுமுன்னே நடு ராத்திரியில வந்து கதவ தட்டுறியே, ஓ சந்தேகப் புத்தி எனக்கு தெரியாதுன்னு நெனைக்கறீயா? ஒம்பதாம் கிளாஸ்ல இருந்து ஒன்ன காதலிச்சே. ஓம் மேல இருந்த பிரியத்தால நீ என்னா சாதி என்னா மதமுன்னுகூட பாக்கல, நீதான் உலகமுன்னு நெனைச்சே. ஒங்கூட ஓடி வந்ததால பெத்த அப்பனை பறிகொடுத்துட்டு நிக்கறே.."

"இப்ப இன்னா சொல்லிட்டே.."

"நீ ஒன்னும் சொல்ல வேணாம். நான் எம்மா பெரிய தப்பு பண்ணிட்டேன்னு இப்பதான் புரியிது. எப்பவும் எந்த சூழல் வந்தாலும் எங் கைய நீ வுடமாட்டேன்னு நம்புனே.."

சொல்லிவிட்டு அழுதாள். மகன் பிரகாஷ் முன்னிலையில் அவனோடு வாதம் வேண்டாமென்று மொட்டை மாடிக்கு அவனை அழைத்துச் சென்று தன் குமுறலை கொட்டினாள்.

“விக்னேஷைப் பாக்க புடிக்கலேன்னு சொல்றீயே, அவனை வீட்டுக்கு வராதேன்னு சொல்றது பெரிய விஷயமே இல்லே. ஏன் அப்புடி சொன்னேன்னு யோசிக்கமாட்டானா, ஒன்ன தப்பா நெனைக்க மாட்டான். அவன் மனசுக்குள்ள நான் நுழைய நீயே வழி பண்ணித் தரியா.”

“அக்கம்பக்கத்துல இருக்கிறவங்க தப்பா நெனப்பாங்கன்னு சொல்லு...”

“அடப் பாவி, தப்பு கணக்கு போடறது நீ, அதைத் தூக்கி அக்கம் பக்கத்தாரு மேல போட சொல்றீயே, இன்னா மனுஷ நீ..”

தாயைத் தேடிக்கொண்டு பிரகாஷ் மாடிக்கு வந்துவிட்டான். மகனை அழைத்துக்கொண்டு கீழே இறங்கி வந்தவள் இரவு சரியாக சாப்பிடவில்லை. பஷீர் பேருக்கு கொஞ்சம் சாப்பிட்டுவிட்டு படுத்தான். கட்டிலில் படுத்த அனுசூயாவும் பிரகாஷ்ம் தூங்கி விட்டனர். பஷீருக்கு தூக்கம் பிடிக்கவில்லை. முழுதாக காதல் மனைவியின் மேல் அவனால் பழிபோட முடியவில்லை. ஆனால் அவநம்பிக்கை அழுக்கு படிய ஆரம்பித்து சில மாதங்கள் ஆகி விட்டன. வேறு சமயமாக இருந்திருந்தால், பிரகாஷ் தூங்கியதும் இந்நேரம் தன் பக்கம் வந்து படுத்திருப்பாள். ஆனால், அவ்வப் போது அனுசூயாவிடம் தென்படும் சில மாறுதல்கள் அவனின் சந்தேகத் தீயில் நெய்யை ஊற்றியது.

மறுநாள் அலுவலகத்திற்குச் சென்றவள் வழக்கம்போல விக்னேஸ்வரனிடம் கலகலப்பாகப் பேசவில்லை. அவனும் அவளைப் பார்த்து ஹலோ சொல்லிவிட்டு தன் வேலையில் மூழ்கி விட்டான். இரண்டு மூன்று நாள்கள் இப்படியே கழியவே என்ன விஷயமென்று கேட்டான். பஷீர் சொன்ன காரணத்தை அப் படியேச் சொன்னாள்.

“ஐயம் ஸாரி.. அனு..! ஐ நெவர் எக்ஸ்பெக்ட்டெடு திஸ்...”

“சாரி.. ப்ளீஸ் அன்டர்ஸ்டேன்ட் மீ..”

“இட்ஸ் ஓகே..”

இப்படிச் சொல்லிவிட்டு போன விக்னேஸ்வரன் இரண்டு

வாரமாக அனுசூயாவோடு பேசவில்லை. இந்த சூழலிலிருந்து வெளிவர வேலை இடமாற்றம் அவனுக்கு கை கொடுத்தது. ஒரு மாலையில் ஆபீஸ் நண்பர்களிடம் பை..பை.. சொல்லிவிட்டு சேலையூர் வங்கி கிளையில் போய்ச் சேர்ந்தான். அப்பாடா ஒழிஞ் சான் விக்னேஸ்வரன் என்று பஷீருக்கு நிம்மதி. அந்த நிம்மதி சரி யாக நான்கு மாதங்கள் கூட நீடித்திருக்காது. சேலையூர் கிளைக்கு அனுசூயாவும் மாற்றலாகிப் போக வேண்டும். வங்கியில் வேலை இடமாற்ற விதிமுறைகள் பற்றி ஒன்றும் அறியாத பஷீர், அனு சூயா வேண்டுமென்றே விக்னேஸ்வரன் இருக்குமிடத்திற்கு மாற்ற லாகி வந்ததாக எண்ணி இடிந்து உட்கார்ந்துவிட்டான்.

ஆறேழு நாள்கள் பஷீருக்கு உடம்பு முடியாமல் மருத்துவ மனையில் இருந்த தகவல் ஆபீஸில் விக்னேஸ்வரனைத் தவிர அனைவருக்கும் தெரிந்திருந்தது. இந்தத் தகவல் அறிந்து விக்னேஸ் வரன் மனம் பெரிதும் புண்பட்டது. ஒரு ஞாயிற்றுக் கிழமை ஷாப் பிங் செய்யும்போது அனுசூயாவிடம் பஷீரைப் பற்றி விசாரித் தான். சில நொடிகளில் பதில் அளித்துவிட்டு நகர்ந்தாள். இதை பஷீர் பார்த்துவிட்டான். விக்னேஸ்வரனுடன் பேச்சு வார்த்தை உண்டா என்று அன்றே கேட்டான். அவன் கேட்ட தொனியைப் புரிந்து கொண்டவள்,

“இது இன்னா கேள்வி! ஒரே ஆபீஸ்ல வேல செய்யிறவங்க பேசாம இருக்க முடியுமா! நீயுந்தானே ஆபீஸ்ல ஒர்க் பண்ணுற... கேள்வியப் பாரு..”

“அவுனுக்காவத்தான் ட்ரன்ஸ்வர் வாங்கிகினு வந்தே..”

“ஒன்னு செய்யிட்டுமா, வேலையை ரிசயன் பண்ணிடுறே..”

“அது ஓ இஷ்டம்.. ங்கோத்தா.. இன்னிக்கு இவன், நாளைக்கு வேற ஆளுன்னு, இவன மாரி எத்தனைப் பேரோ..”

“ஆம்பிள்ள இல்லாத ஆபீசு, ஊரா பாத்துதான் ஒங்கூட போயி வாழுணும். நீ யெல்லாம் குடும்பம் பண்ண லாயக்கில்லாதவன். குடும்பமுன்னா இன்னான்னு தெரியுமாடா ஒனக்கு. ஒன்ன நம்பி வந்தே பாரு... என்னச் சொல்லணும்..”

அழுகையும் ஆத்திரமும் பொங்கியது.

“ஓ படிப்பப் பாத்து, பர்சனால்டியப் பாத்து, வீடு வசதியப் பாத்தா லவ் பண்ணே. நல்லப் பையன்னு நெனைச்சி லவ் பண் ணுனே. இப்பதான் உன் சுயரூபம் தெரியுது. டேய் என்னை நம்பி

ஒழுங்கா குடும்பம் பண்ணுறதா இருந்தா இரு; இல்லேன்னா ஓ ரூட்டப் பாத்து போகினே இரு. இப்புடி நிம்மதி இல்லாம வாழ னுமுன்னு அவசியமில்லை. எம்புள்ளைய வளத்து படிக்க வைச்சு ஆளாக்க என்னால முடியும். ஒங்கூட வாழ்ந்தா அப்பப்ப ஒருத் தன எனக்கு புருஷனாக்கிடுவ, போதுன்டா சாமி...”

அவள் சொன்ன எதர்க்கும் பதில்சொல்லாமல் வெகுநேரம் அமர்ந்திருந்தவன் திடீரென்று எழுந்து வெளியேச் சென்றான். வெளியேச் சென்றவன் சென்றவன்தான், வீடு திரும்பவில்லை. அனுசூயாவின் காதல் வாழ்க்கை அன்றையப் மாலைப் பொழு தோடு அஸ்தமித்துவிட்டது. பஷீர் அஹமத் தன் வீட்டாரோடு வசிக்கிறான் என்று அம்மாவின் மூலம் தகவல் கிடைத்தது. அவனைச் சந்தித்து சமாதானம் செய்து அழைத்து வர அனுசூயா வுக்குத் தோன்றவில்லை. அவனுடனான வாழ்க்கையை மெல்ல மெல்ல மறக்க முயன்றாள்.

இந்த விஷயம் வெகு நாட்களுக்குப் பிறகே விக்னேஸ்வர னுக்கு தெரியவந்தது. அதுநாள்வரை அனுசூயாவுடன் பேசுவதை தவிர்த்துவந்தவனுக்கு பேசத்தோன்றியது. தன் விருப்பத்தை மெயி லில் தெரிவித்தான். அதற்கு அவள் பதிலளிக்கவில்லை. ஆனா லும் தன்னைப் பார்க்க வீட்டிற்கு வருவான் என்று எதிர்பார்த் தாள். எதிர்பார்த்தபடி ஞாயிற்றுக்கிழமை காலையில் வீட்டிற்கு வந்தான். பஷீர், அனுசூயா பிரிவுக்கு தான்தான் காரணம் என்கிற குற்ற உணர்வோடு நுழைந்தான். பிரகாஷ் புத்தகத்தை வைத்து எழுதிக்கொண்டிருந்தான். ‘அம்மா...அங்கிள் வந்திருக்காங்க..’ உரக்கச் சொன்னான். துவைத்த துணிகளை உலரப்போட வாளி யில் கொண்டு வந்தவள் லேசான புன்னகையுடன் வரவேற்றாள். துணிகளை உலரப்போட்டுவிட்டு திரும்பினாள்.

“எக்ஸ்ட்ரீம்லி சாரி அனு... என்னால நம்ப முடியில.. வாட் கேப்ண்ட்..”

“காப்பியா... டீயா என்ன சாப்புடுறீங்க..”

“டெல் மீ வாட் கேப்ண்ட்..”

“சொல்லி என்னா ஆவப் போது விடுங்க..”

“நான் ரொம்ப கில்ட்டியா ஃபீல் பண்றே..”

பக்கத்து வீட்டுப் பையன் வாசலில் வந்து நின்றுகொண்டு,

ஆன்டி...பிரகாஷை விளையாட அனுப்புறீங்களா என்று கேட்க, அனுப்பி வைத்தாள்.

"இதுக்குக் காரணம் நாந்தான்னு மனசு உறுத்தலா இருக்கு.."

"இல்லீங்க.. ஒங்களுக்குப் பதிலா யாரு ஃபிரண்டா பழகியிருந் தாலும் அவன் புத்தி அவ்வளவுதான்."

"ஜென்ஸ்ல சந்தேகப் பிராணி நெறையப் பேரு இருக்காங்க. நீங்க கொஞ்சம் புரிய வைக்க வேணாமா.."

"பொண்டாட்டியா வாழ வந்தவ மேல நம்பிக்கை தானா வர னும். நம்பிக்கைங்கிறது விளக்கிச் சொல்லி வர்ரதில்லே.."

"வாட் எவர் இட்டீஸ், நான் பெரிய தப்பு செஞ்ச மாதிரி மன சுக்கு கஷ்டமா இருக்கு.."

"ஒங்க மேல ஒரு தப்பும் இல்லே. யு கேன் பர்கெட்டிட்.."

"பஷீரைப் பாத்து கன்வின்ஸ் பண்ணக் கூடாதா.."

"வர்ரனமுன்னா எப்பவே திரும்பி வந்திருப்பான். அவன் போனதுக்கு இந்த காம்ளக்ஸ் மட்டும் காரணமில்லே. தான் தப்பு செஞ்சிட்டோமுன்னு அவனை அறியாமலே ஒரு காம்ளக்ஸ் அவங்கிட்டே இருக்கு. அதோட மதமும் குறுக்க இருக்கு. அவுங்க ரிலீஜஸ் மேல அவுனுக்கு பாண்டிங் அதிகம்.."

"டீப் ரிலீஜியஸ் பெயித்து இருக்கிற ஆளு எப்படி ஒங்கள லவ் பண்ணாரு.."

"லவ் பண்ணும்போது இந்தக் கருமமெல்லாம் எங்க தெரிஞ்சி யிது. அதை விடுங்க அவன் இப்படி ஒரு சந்தேகப் பிராணிங்க் கறதே பின்னால தானே தெரியுது."

"சந்தேகப்படுறவங்க கூட வாழுறது நரகம். லயிஃப் வில் பி மிஸ்ரபில்.."

"நான் பத்தினின்னு தினம் தினம் தீக்குளிக்க முடியாதுங்க.." கோபத்தோடு சொன்னாள்.

"ஒங்கள எப்புடி சமாதானம் பண்ணறதுன்னு தெரியில. ஓ கே.. எனி கெல்ஃப் கால் மீ." எழுந்து கிளம்பினான்.

"டீ கூட சாப்பிடாம.."

"ட்ஸ் ஆல் ரைட் பாக்கலாம்."

பஷீர் இருக்கும் போதும் சரி, பிரிந்து போன பின்பும் சரி விக்னேஸ்வரனுக்கு அனுசூயா மேல் எந்த ஈர்ப்புமில்லை. சகஜ மாகவும் வெளிப்படையாகவும் பழகும் தன்மை பிடித்திருந்தது. நல்ல நண்பனாக அனுசூயாவுக்கு பல உதவிகள் செய்திருக்கிறான். இரண்டு வருடத்திற்கு மேல் இருவரும் சேலையூர் கிளையில் வேலை பார்த்து வந்தனர். உதவி தேவைப்படும்போதெல்லாம் அனுசூயா வீட்டிற்கு தயங்காமல் வந்துநிற்பான். அனுவுக்கு நல்ல தைரியம் சாமர்த்தியம் இருந்தும்கூட சில நேரம் அவனின் உதவி தேவைப்பட்டது. அக்கம்பக்கத்தார்கள், சமுதாயம் என்ன நினைக் கும் என்றெல்லாம் அனு சிந்திக்கவில்லை. சமுதாயத்திற்கு பயந்து வாழும் வாழ்க்கை எப்படி தன்னுடைய வாழ்க்கையாக இருக்கும் என்கிற கருத்து அவளிடமிருந்தது.

கணவனைப் பிரிந்து ஒற்றையில் வாழும் பெண்ணோடு ஒரு பேச்சுலர் என்னதான் நண்பனாகவேப் பழகினாலும் சமுதா யம் ஒருபோதும் ஆரோக்கியமாகப் பார்ப்பதில்லை. இருவருக்கும் தகாத உறவு இருப்பதாக சான்றிதழ் வழங்கும் ஆற்றல் உடையது. இருவரும் பணிபுரியும் வங்கியும் அதில் பணிபுரியும் அலுவலர் களும் எல்லாமே சமுதாயத்தின் ஒரு பகுதிதானே. அனுசூயாவை திருமணம் செய்துகொள்ளும்படி விக்னேஸ்வரன் நண்பர்கள் அவனுக்கு ஆலோசனை கூறினர். அண்மைக்காலமாக அனுசூயா மேல் அவனுக்கு காதல் வந்தது. இருவருக்குமான பழக்கத்தில் சற்று கூடுதலாகவே அன்பும் பரிவும் பரிமாறிகொள்ளப்பட்டன. அனுசூயாவுக்கும் சாய்ந்துகொள்ள ஒரு தோள் தேவைப்பட்டது.

அவ்வப்போது மகள் வீட்டிற்கு வந்து போகும் விக்னேஸ் வரன் பற்றி சரோஜினிக்கு நல்ல எண்ணம் இருந்தது. ஒரு நல்ல ஆண் துணையோடு மகள் வாழ வேண்டுமென்கிற ஆதங்கமு மிருந்தது.

அன்று காலையில் அனுசூயா வீட்டிற்குச் சென்றான். ஹாலில் யாருமில்லை. டீபாயில் கிடந்த இல்லஸ்ட்ரேட் வீக்லியைப் பிரித்துப் பார்த்தான். உள்ளேயிருந்து எட்டிப் பார்த்த பிரகாஷ், அம்மா வெளியில போயிருக்காங்க அங்கிள் என்றான். சற்று நேரம் இல்லஸ்ட்ரேட் வீக்லியைப் புரட்டிக்கொண்டிருந்தவனின் பார்வையில் டீபாய் அடியிலிருந்த ஃபெமீனா பட்டது. அட்டை யில் இந்தி நடிகை மௌஸ்மி சட்டர்ஜியின் கழுத்தளவு குளோஸப் படம் கவர்ச்சியாக காட்சித் தந்தது. புத்தகத்தினுள்ளே வழுவழுப் பான தாளில் மிகவும் நேர்த்தியாக வண்ணத்தில் அச்சிடப்பட்ட

பெண்கள் படங்கள் கண்களை கவர்ந்தன. நடுப்பக்கத்தில் முழு அளவில் அச்சாகி இருக்கும் ஒரு சாதனைப் பெண்ணின் படத்தைப் பார்த்துக்கொண்டிருந்தான். அப்போது நுழைந்த அனுசூயா,

“என்னா அந்த படத்த அப்புடி பாத்துட்டு இருக்கீங்க..”

“மெய் மறந்து என்ன மாரி எல்லாரும் பாக்கனுமுன்னுதானே போட்டிருக்கான்.”

“அவ அழகப் பாக்றீங்களா, சாதனையப் பாக்றீங்களா?”

“ரெண்டையுந்தான் பாத்தேன்..”

“சூப்பர்.. பொழச்சிக்குவீங்க..”

உள்ளேச் சென்று உடை மாற்றிக்கொண்டு ஐந்து நிமிடத்தில் திரும்பி வந்தாள்.

“விக்னேஷ்... ஆபீஸ்ல நம்ப பத்தி என்ன பேச்சு அடிபடுதுன்னு தெரியுமா?”

“தெரியும்..”

“இப்படி ஒரே வார்த்தையில சொன்னா எப்படி...”

“தெரியுமுன்னா தெரியும்..”

“சரியான கல்லுளி மங்க நீங்க...லெட் மி கம் டு த பாயிண்ட், நீங்க மேரேஜ் பண்ணிக்கலையா?”

“அதைப் பத்தி நோ ஐடியா...”

“என்னை ஆழம் பாக்காதீங்க.. மனசுல என்னா இருக்குன்னு சொல்லனும்..”

“வாட் டூ யூ எக்ஸ்பெக்ட் ஃபிரம் மீ..”

“ஐயோ கடவுளே! சரி... ஜெயகாந்தனுடைய சில நேரங்களில் சில மனிதர்கள் படம் பாத்து இருக்கீங்களா?”

“பாத்திருக்கேன்.”

“அதுல ஒரு டைலக் வரும். பேரு கெட்டா பரவாயில்லே, ஆனா சும்மா கெடகூடாதுன்னு லட்சுமிகிட்டே ஸ்ரீகாந்த் சொல்லுவான்..”

“ஆமா ஞாபகமிருக்கு..”

“அப்படித்தான் இருக்கு இப்ப என் நிலமை..”

“என்னை ஏத்துக்குவியா... டூ யூ அக்ஸ்ப்டட்டு மீ..”

அவளை நிமிர்ந்துப் பார்த்து லேசான புன்னகையுடன் கேட்டான்,

“இல்லேன்னா ஒங்கள ஏன் இவ்வளவு நேரமா ஒக்காத்தி வைச்சு பேசிகிட்டிருக்கே..”

“தேங் யூ அனு.. தேங் யூ..”

“எதுக்கு தேங்ஸ் எல்லாம்..”

நகர்ந்து அவள் கையைப் பற்றி தன் விரல்களோடு இறுக்கி கோத்துக்கொண்டான்.

“விடுங்க.. பையன் வந்துடுவான்..”

காதல் உணர்வு அவளுக்கு புதிதில்லை என்றாலும் திரேகம் லேசாக நடுங்கியது. உச்சு முதல் பாதம் வரை ஜிவ்வென்று கரன்ட் பாய்ந்தது போலிருந்தது. சில வினாடிகள் நிலத்தையே பார்த்தபடி இருந்தவள் சட்டென்று உள்ளேயிருந்த பிரகாஷைக் கூப்பிட்டாள்.

“பிரகாஷ்... இந்த அங்கிள ஒனக்கு பிடிச்சிருக்கா..”

“புடிச்சிருக்கு.. ஏம்மா கேக்குறே..”

“அங்கிள் இனிமே இங்க நம்ம கூடதான் இருக்கப் போறாரு..”

அவன் மெல்ல சிரித்தபடி விக்னேஸ்வரனைப் பார்த்தான்.

“பிரகாஷ்.. ஒங்கப்பா நம்மள விட்டுட்டு வேற ஆன்டிய கல்யாணம் பண்ணிக்கிட்டாரு. இனிமே இங்க வரமாட்டாரு. இந்த அங்கிள்தான் அப்பா மாரி...”

மிகச் சரியாக புரிந்துகொண்டவன் போல புன்னகைத்தபடி தலையை பலமாக ஆட்டினான்.

“சின்ன பையங்கிட்ட ஏன் இதெல்லாம் சொல்லிக்கிட்டு..”

“இல்லீங்க.. கி மஸ்ட் நோ..”

“ஐ டோன்ட் திங் இட்டீஸ் நெசஸரி..”

“சரி.. சிக்கன் வாங்கிட்டு வந்திருக்கே பிரியாணி பண்ணவா..”

கேட்டவளிடம் சிரிப்பை பதிலாகத் தந்தான்.

அன்று பகல் முழுக்க தன் அறைக்குத் திரும்பவில்லை அவன். இரவு உணவுக்குப் பிறகு தங்கச் சொன்னாள். அவன் உடை மாற்றிக்கொள்ள புதிய லுங்கி ஒன்றைக் கொண்டு வந்து தந்தாள். பிரகாஷிடம் அவனுக்கு பிடித்த மாதிரி வெகு நேரம் பேசிக்கொண்டிருந்தான். கட்டிலில் படுத்து தூங்கிவிட்ட பிர காஷை பக்கத்து அறையில் கொண்டுப்போய் படுக்கச்செய்தாள். அம்மா வந்தால் அந்த அறையில்தான் படுப்பாள். விக்னேஸ்வர னுக்கு மனசு மிகவும் உற்சாகமாக இருந்தது.

"அனு.. வெளியிலப் போயி ஒரு தம் அடிச்சுட்டு வரட்டுமா.."

"இதெல்லாங்கூட உண்டா.. சரி.. சீக்கிரம் போயிட்டு வாங்க.."

லுங்கியோடு விக்னேஸ்வரன் மீண்டும் வீட்டில் நுழையும் போது பக்கத்து வீட்டுப் பெண்மணி உருத்துப் பார்த்துவிட்டுப் போனாள். ஹாலில் உட்கார்ந்திருந்தவனுக்கு பால் கொண்டுவந்து கொடுத்தாள். குடித்தபடி டிவி செய்தியில் பார்வையை ஓட்டி னான். தூர்தர்ஷன் டெல்லி அஞ்சலில் பி.சி.ராமகிருஷ்ணா ஆங் கிலச் செய்தி வாசித்துக்கொண்டிருந்தார். டிப்டாப்பாக டைகட்டி, ஹேண்ட்ஸம்மாக காட்சி அளிக்கும் ராமகிருஷ்ணாவின் ஸ்டெ யிலும் ஆங்கில உச்சரிப்பும் குரலும் எல்லோரையும் கவரக் கூடியது. செய்திகள் முடிந்தவுடன் கதவைத் தாழிட்டு விளக்கை அணைத்தாள். லேசான வெளிச்சத்தில் தன்னை நெருங்கி தழுவி முத்தமிட்டவனை கட்டிலுக்கு அழைத்துச் சென்றாள்.

வாரத்தில் இப்படி மூன்று நான்கு நாள்கள் அனுசூயா வீட்டில் தங்குவது வாடிக்கையாக இருந்தது. அக்கம் பக்கத்தார்களும் சமுதாயமும் இவர்களுக்கு சூட்டிய பெயரை ஊர்ஜிதமாக்கினர். தாய் சரோஜினிக்கு விக்னேஸ்வரன் பற்றி நல்ல எண்ணமிருந்தது. அதனோடு இவர்கள் கணவன் மனைவியாக வாழ்ந்தால் ஊர் வாயை மூடலாம் என்ற எண்ணமும் இருந்தது. மகளிடம் அது பற்றிச் சொன்னாள். வடபழநி கோயிலில் இருவருக்கும் திருமணம் நடந்தது. ஆமாம், பஷீர் அஹமத் மூலம் கிடைக்காத மஞ்சள் கயிறும் தாலியும் இப்போது கிடைத்திருக்கிறது.

விக்னேஸ்வரனும் அனுசூயாவும் சேர்ந்து வாழத் தொடங் கும் முன்பே பஷீர் அஹமத்தின் தலையீடு இருக்கக்கூடாதென்றும், எதிர்காலத்தில் மகன் பிரகாஷைத் தேடி எந்த உரிமையும் கொண் டாடக் கூடாதென்றும் அவன் வீட்டிற்குச் சென்று ஆட்சேபனை இல்லா சான்றிதழ் பெற்று மகளுக்கு கொடுத்திருந்தாள் சரோஜினி.

மூன்று படுக்கை அறைகள் உள்ள அபார்ட்மெண்டுக்கு குடிபெயர்ந்தாள் அனுசூயா. சில மாதங்களில் விக்னேஸ்வரனுக்கு வேலை இட மாற்றம் வந்தது. பஸ்ஸில் தினமும் கேளம்பாக்கம் அபீஸுக்கு போய் வருவது சிரமமாதலால் எமஹா மோட்டார் பைக் வாங்கினான். இருவரின் வாழ்க்கையும் இன்பமாக கழிந்து கொண்டிருந்தது. தனது கருத்துக்களை ஏற்றுக்கொள்பவனாக கணவன் அமைந்ததில் மனங்கொள்ளாத மகிழ்ச்சி. ஞாயிறு விடு முறையில் மாலைப்பொழுதை குடும்பத்தோடு மெரீனா பீச்சில் கழித்து மகிழ்ந்தனர். ஏசி தியேட்டருக்குச் சென்று திரைப்படம் பார்த்தனர். பிரகாஷை வீட்டில் விட்டுவிட்டு இருவரும் ஸபேயர் தியேட்டரில் ஆங்கிலப் படமும் பார்ப்பார்கள்.

தங்கை அனுபாமாவுக்கு தன் முயற்சியில் திருமணம் செய்து வைத்தாள். இரண்டாவது மகன் பிறந்தான். சரோஜினிக்கு உடல் நலமில்லாது போக பிள்ளை பெற்றவளுக்கு உதவமுடியவில்லை. விக்னேஸ்வரனுக்கு மதுராந்தகம் பக்கத்தில்தான் சொந்த ஊர். அம்மாவும் தம்பியும்தான் அவனுக்கு உற்ற உறவுகள். மனைவிக்கு தன்னால் முடிந்த உதவிகளைச் செய்தான்.

விக்னேஸ்வரனுக்கு புதிய அலுவலகத்தில் புதிய நண்பர் கள் கிடைத்தனர். வாரம் ஒரு நாள் மது பாட்டில்களோடு நண் பர்கள் குழாம் மகிழ்ச்சியில் புரண்டது. அவனை அளவோடு குடிக்கும்படி தன் கட்டுப்பாட்டில் கொண்டு வந்தவளால், அள வில்லாமல் பணத்தை செலவழிப்பதை மட்டும் கட்டுப்படுத்த முடியவில்லை. “டோன்ட் என்டர் இன் டூ மை கேப்பினஸ்” என முகத்தில் அடித்த மாதிரி சொல்வான். பொறுத்துக்கொண்டு வாழ்ந்தாள். இரண்டாவது மகன் தினேஷ்யைப் பள்ளியில் சேர்க்க வேண்டும். பிரகாஷ் படிக்கும் பள்ளியிலேயே தினேஷைச் சேர்க்க இருந்தவளுக்கு முதன் முதலாக அதிர்ச்சி ஏற்பட்டது. பிரகாஷ் படிக்கும் பள்ளியைவிட நல்ல பள்ளியில் சேர்க்க வேண்டுமென்று விக்னேஸ்வரன் பிடிவாதமாக நின்றான்.

பிள்ளைகள் இருவருக்கும் தாய் ஒருத்தியே ஆனாலும் தகப்பன் வேறாயிற்றே. தன் மூத்த மகன் பிரகாஷை வித்தியாசப் படுத்துகிறான் விக்னேஸ்வரன் என்று வருத்தப்பட்டாள். முடிவில் அவன் விருப்பப்படியே நடந்தது. பிரகாஷ் மேல் நல்ல அன்பு காட்டியவன்தான். தன் பிள்ளை என்று தினேஷ் மேல் காட்டும் அன்பும் அக்கறையும் வெளிப்படையாகத் தெரிய ஆரம்பித்தன. இது விஷயமாக அவனோடு பேசுவது உசிதமா என்று வாளா

யிருந்தாள். ஏழெட்டு ஆண்டுகள் அவனோடு வாழ்ந்த வாழ்க்கை ஒரு நாள் கேள்விக் குறியானது. இரண்டொரு நண்பர்களோடு வீட்டில் மது அருந்துவது தவிர்க்க முடியாத நிலையில், ஒரு சனிக் கிழமை இரவு ஒன்பது மணி வாக்கில் மதுவுக்கு வேண்டிய கறி வறுவல் போன்ற சைடு டிஷ்களை மாடிக்கு எடுத்துச்சென்று கொடுத்துவிட்டு அனுசூயா திரும்பினாள். சற்று நேரத்திற்கு பிறகு விக்னேஸ்வரனுக்கு ஃபோன் வரவே அதைச் சொல்ல மீண்டும் மாடிப் படியேறினாள்.

“ஃபிரண்ட் நீ கல்யாணம் பண்ணது தப்பில்லே, ஆனா, ஒரு பையனோட சைகன்ட் கேண்ட் வண்டியப் புடிச்சுட்டீயேன்னுதான் வருத்தமா இருக்கு..”

“அத்த வூடுப்பா, நம்ம சாதிய வுட்டு வேத்து சாதியில கட்டி கினேதே பெருசு. பாப்பாத்தி மாரி நல்ல கட்டையாதான் பண்ணி யிருக்கான்..”

இதைக் கேட்டதும் படியில் அப்படியே நின்றாள். விக் னேஸ்வரனிடமிருந்து என்ன பதில் வருகிறது என்று சற்று காத் திருந்தாள். அவன் வாயைத் திறக்கவில்லை. கீழே இறங்கி வந்து சோபாவில் அப்படியே சாய்ந்தாள். அதுவரை டிவி பார்த்துக் கொண்டிருந்த பிரகாஷ் எழுந்து உள்ளே போகும்போது ஃபோன் துண்டிக்கபடாமல் இருப்பதைப் பார்த்துவிட்டு அம்மாவிடம் நினைவுபடுத்திச் சென்றான்.

அரை மணி நேரங்கழித்து நண்பர்களுடன் விக்னேஸ்வரன் கீழே இறங்கி வந்தான். நண்பர்கள் விடை பெற்றுச் சென்றனர். வழக்கம் போல அவனுக்கு சாப்பாடு போட்டாள். அரை மயக் கத்தில் சாப்பிட்டுவிட்டு போய்ப் படுத்தான். அனுசூயாவுக்கு சாப்பிட தோன்றவில்லை. விளக்குகளை அணைத்துவிட்டு வெகு நேரம் சோபாவில் உட்கார்ந்திருந்தாள். ஆண்களுக்குள் இப்படி யொரு எண்ண ஓட்டம் இருக்குமென்று இன்றுதான் அவளுக் குப் புரிந்தது. தன்னை ஒருவன் சைகன்ட் கேண்ட் என்று சொல் லியதை நினைத்துப் பார்த்தாள். அதிலிருந்து வெளிவர முடியா மல் சோபாவிலே சுருண்டுக்கொண்டாள்.

காலையில் பால்காரன் குரலைக் கேட்டுதான் எழுந்தாள். காப்பி மட்டும் போட்டுக் கொடுத்துவிட்டு படுக்கை அறைக்குச் சென்று படுத்துவிட்டாள். தலைவலி என்று ஆபீஸ்க்கு லீவு போட் டாள். எல்லோருக்கும் பிரட்டுதான் காலை உணவு. வீட்டில்

யாருமில்லை. பன்னிரெண்டு மணி வரை படுத்தே இருந்தவள் எழுந்தாள். குளிக்கவில்லை, சாப்பிடவில்லை, கொஞ்சம் காப்பி மட்டும் குடித்துவிட்டு மீண்டும் படுத்தாள். விக்னேஸ்வரனைப் பற்றி தீர்மானமான கருத்துக்கு வர முடியவில்லை. பொய்யாக காலையில் சொன்ன தலைவலி உண்மையாகவே வந்துவிட்டது. நெற்றிப் பொட்டின் இரு பக்கமும் சுத்தியால் அடிப்பது போல வலி. ஒரு மாத்திரையை விழுங்கிவிட்டு ஹாலில் போய் அமர்ந் தாள். பிரகாஷ் பள்ளியிலிருந்து வந்தான். தினேஷ் வர இன்னும் அரைமணி நேரமாகும்.

முகம் வாடிக் காணப்படும் அம்மாவின் அருகில் அமர்ந்து அவள் தோளில் பிரகாஷ் சாய்ந்துகொண்டான். அவளுக்கு அது ஆறுதலாக இருந்தது. ஆறு மணிக்கு மேல்தான் விக்னேஸ்வரன் வந்தான். அவனுக்கு டீ கொடுத்துவிட்டு மாடிக்கு கூட்டிச் சென் றாள். இத்தனை ஆண்டுகளில் அவனைத் தனியே அழைத்துப் போய் பேசியதில்லை. அதற்கு அவசியமும் இல்லாதிருந்தது. குழம்பியபடி அவளோடுச் சென்றான். அது தனி வீடு என்பதால் அக்கம்பக்கத்தைப் பற்றி பொருட்படுத்த தேவையில்லை.

“என்னா சொல்லு... எதுக்கு கூட்டிகினு வந்தே..”

“நேத்தி ஒங்க ஃபிரண்டு என்னைப் பத்தி என்னா சொன்னா, ஞாபகமிருக்கா..”

“இன்னா சொன்னா...”

“இன்னா சொன்னானா! என்னை சைகன்ட் கேண்ட் வண் டின்னு சொன்னா..”

“வாட்ஸ் ராங் இன் தட்..”

“அப்போ நீங்களும் என்னைப் பத்தி அப்படித்தான் நெனைக் கிறீங்களா..”

“வாட்.. நான்சென்ஸ்.. அப்படி நெனைக்கிறீயா இப்படி நெனைக்கிறீயா ச்சே.. நான் என்னா நெனைக்கிறேன்னு தெரிஞ்சி ஒனக்கு என்னா ஆவப்போது?”

“என்னப் பத்தி ஒங்க ஐப்ராயம் என்னென்னு தெரிஞ்சிக்கிறது தப்பா..”

“ஏ ஐப்ராயம் ஓ ஐப்ராயம் அல்லாத்தியும் தெரிஞ்சிகினா ஒன் னா சேந்தோம்?”

“பின்ன இல்லியா..!”

அவன் பதில் சொல்லாமல், வானத்தில் கூடுகளைத் தேடி தாழ்வாக பறந்து செல்லும் பறவைகளைப் பார்த்தான்.

“என்ன சைகன்ட் கேண்ட்ன்னு சொன்னது ஒங்கள ஹர்ட் பண்ணுலியா..”

“அவன் உண்மைத்தான் சொன்னான்..”

“நீங்க என்னா நெனைக்கிறீங்க அதச் சொல்லுங்க..”

“நான் எதையோ நெனைச்சுட்டு போறே யூஸ்லஸ் பாஸ்டெட்”

பல்லைக் கடித்தபடி வேகமாக திட்டினான். அவனிட மிருந்து சரியான பதில் வராது என்று தோன்றவே வேகமாக கீழே இறங்கி வந்தாள். அன்று அவனோடு பேசியவள்தான்; ஒரு மாதம் ஓடிவிட்டது. அவசியம் என்றால் பிள்ளைகள் மூலம் ஏதாவது சொல்லுவாள். அதோடு சரி. எண்ணெயும் நீரும் கலந்தும் கலக் காத ஒரு வாழ்க்கை. பள்ளி விடுமுறையின் போது தினேஷை, தன் ஊருக்கு அழைத்துச் சென்றான் விக்னேஸ்வரன். அனுசூயாவும் பிரகாஷை, தங்கை அனுபாமா வீட்டிற்கு கூட்டிச்சென்றிருந்தாள்.

இடைப்பட்டகாலத்தில் அனுசூயாவை மேலும் ஒருச்செய்தி அதிர்ச்சிக்குள்ளாக்கியது. உயர்சாதிப் பெண்ணை மணந்துகொள் வதன் மூலம் சாதி இழிவிலிருந்து மேம்படலாம். அதற்காகவே அனு மேல் காதல் கொண்டான் என்ற செய்தி அது. ரோஜாப்பூ நிறத்திலிருக்கும் அனுசூயா மனைவியானால் அவளைப் போல குழந்தைப்பிறக்கும் என்கிற இன்னொரு அற்பக்காரணமுமிருந்தது. இந்தச் சேதி தெரியவந்த அந்த நொடி வரையில்கூட விக்னேஸ் வரன் என்ன சாதி என்று தெரியாது. அதைத் தெரிந்துகொள்ளும் எண்ணம் என்றுமே இருந்ததில்லை. அவன் இப்படியொரு கணக்கு போட்டுதான், மணமானவளாக இருந்தபோதும் பிரியம் காட்டி, பரிவு அக்கறை காட்டி மணந்துகொண்டான் என்று எண் ணியபோது முதல் முறையாக அவன் மேல் கசப்பு ஏற்பட்டது. வருத்தத்தோடு ஒரு மாதத்திற்கு மேல் பேசாமல் இருந்தபோது கூட வெறுப்பு ஏற்பட்டதில்லை. இந்தச் செய்திகளோடு கூடுதல் தகவலாக அண்மையில் தெரிந்த செய்தி, அவனுடைய அலுவலகத் தில் பணிபுரியும் பெண்ணோடு நெருக்கமான தொடர்பு என்று.

கணவன் இன்னொரு பெண்ணுடன் தகாத தொடர்பில் இருக்கிறான் என்றால் நளாயினிபோல எந்த மனைவியும் இருக்க மாட்டாள். வாரத்தில் ஓரிரு நாள் வீட்டிற்கு வராமல் இருந்தக்

காரணம் புரிந்தபோது அவன்மேல் வெறுப்பும் கசப்பும் பன்மடங் காயின. அன்று இரவு உணவுக்குப் பிறகு பிள்ளைகள் தூங்கச் சென்றுவிட்டனர். விக்னேஸ்வரனும் சப்பிட்டுவிட்டு சற்று நேரம் டிவி பார்த்த பின் படுக்கச் செல்ல எழுந்தான். பிள்ளைகளின் அறைக் கதவை மூடிவிட்டு வந்த அனுசூயா;

"ஒக்காருங்க கொஞ்சம் பேசனும்.."

"பேசனுமுன்னு ஆரம்பிப்ப, அப்புறம் சண்டையில முடியும்.."

"நான் கேக்கறதுக்கு பதில் சொல்லனும்.."

"கோர்ட்ல குற்றவாளியை நிக்கவைச்சு கேக்கற மாரி விசாரனை யெல்லாம் வைச்சுக்க கூடாது.."

"நான் கேக்கறதுக்குள்ளே குத்தவாளின்னு ஒத்துக்கறீங்களே.."

"ஸ்டாப் நான் சென்ஸ்.."

"தமிழ்ல பேசுனாலும் இங்கிலீஷ்ல பேசுனாலும் தப்பு செய்யிற எல்லாரும் குத்தவாளிதான்.."

"என்னாடி பெரிய மயிரு குத்தத்தை கண்டுபிடிச்சிட்ட.."

"லலிதா ங்கிறவக் கூட ரொம்ப நெருக்கமுன்னு கேள்விப்பட்டேட.."

"அதுக்கென்னா இப்போ.."

"இதா ஒங்க பதிலா.."

"ஏ இஷ்டம், இதுல தலையிடாம இருந்தா ஒனக்கும் நல்லது, எல்லாத்துக்கும் நல்லது.."

"எல்லாத்துக்குமில்லே.. ஒங்களுக்கு நல்லதுன்னு சொல்லுங்க.."

"எப்படி வேணா வைச்சுக்கோ.. ஐ டோன்ட் கேர்.."

"நீங்க சிகரெட் குடியிங்க, தண்ணி அடிங்க.. நான் தலையிடல. பொண்டாட்டி மாதிரி இன்னொரு பொண்ணை வைச்சுக்கிறது தப்பில்லையா.."

"ஏய் அது தப்போ சரியோ.. ஒனக்கு எங்க நோவுது, ஓ ஜோலி யப் பாத்துட்டு பேசாமப் போ.."

"எங்க ஆபீஸ் அக்கௌண்ட்டண்ட்ட நான் வைச்சிக்கிட்டுமா.."

"ங்கோத்தா.. தேவடியா முன்டே.. ஓ புத்தியக் காட்டிட்டே.."

"ஏய் இதுக்கு மேல ஒனக்கு மரியாத இல்லே ஆமா..."

“அடிச்சு மூஞ்சி முகரயை ஒடைச்சிடுவே.. வீணா வெறியக் கௌப்பாத..”

“வெறி புடிச்சுதான் எவ கெடப்பான்னு அலையிற..”

“அன்னிக்கே சொன்னான்.. இவ ஏன்டா ஒனக்கு.. ஊரு ஒல கத்துல பொண்ணா இல்லேன்னு சொன்னான்.. எம்புத்தி கலரப் பாத்துட்டு கவுந்துட்டே..”

“ஏன்.. அப்புடியே புதுசா சீல் ஒடைக்காமா எவுளியாவுது கட்டிகிறத நானா வேணான்னே..”

“ங்கோத்தா..வாயப் பாத்தியா இன்னாப்பேச்சு பேசுறா பாரே! கடைசியா சொல்றே கேட்டுக்கோ, என் இஷ்டம் நான் ஜாலியா அப்படி இப்புடிதா இருப்பேன். குடும்பத்தயும் புள்ளையீங்களை யும் பாரு, அத்த வுட்டுட்டு புருஷ எங்கப் போறா, எங்க பேன்ட் ஜிப்ப அவுக்கறான்னு மோப்பம் புடிச்சிகினு கேள்வி கேட்டுகினு இருந்தா குடும்பம் பண்ண முடியாது. ஆமா சொல்லிட்டே..”

“நீ எங்கியாவது சாக்கடையில பொரண்டுட்டு வருவே, நான் புருஷ, புள்ளைங்கன்னு குடும்பம் பண்ணுனும். நீ சொன்ன அதே வாத்தையைச் சொல்றே, ங்கோத்தா.. நீ சொன்ன மாதிரி குடும்பம் பண்ணனுமுன்னு அவசியம் இல்லே. ஏன் ஒனக்குதான் அரிக்கும், எனக்கெல்லாம் அரிக்காதா..”

“பிளடி.. பாஸ்டெட்... குடும்ப பொம்பள மாரியா நீ பேசுறே..”

“ஆமாய்யா, புருஷன ஒழுங்கா இருன்னு சொல்லுற நான் தேவ டியா; எவுளியாவுது ஏமாத்தி ஜல்சா பண்ணுறே நீ யோக்கியன். எம் முடிவ சொல்லுறே கேட்டுக்கோ, குடும்பம், பெண்டாட்டி, பிள்ளையிங்கன்னு பயந்து ஒழுங்கா இருந்தா இரு. இல்லேன்னா ஒ ரூட்டப் பாத்து போகினே இரு. நீ போயிட்டியேன்னு கவலைப் படுற ஆளு நானில்லை. ரெண்டு பிள்ளைங்க இன்னா நாலு இருந் தாலும் ஒழுங்கா வளத்து ஆளாக்க முடியும். புருஷன்னு ஒருத் தன் இருந்தா போதுமுன்னு தலையை சாச்சிகினு போற ஆளு நானில்லே. ஒழுக்கம் அப்படின்னா அது புருஷனுக்கும் ஒன்னு தான் பொண்டாட்டிக்கும் ஒன்னுதான்.”

சட்டென்று எழுந்து வெளியே சென்றாள். ஆட்டோவைப் பிடித்து அம்மாவை போய் பார்த்தாள். உடல் நலமில்லாமல் இருந்த சரோஜினி, மகள் சொன்னதைக் கேட்டு மேலும் பதட்டம் அடைந்தாள். மறுநாள் பகல் முழுக்க அம்மாவுடன் இருந்துவிட்டு

மாலையில் வீடு திரும்பினாள். விக்னேஸ்வரன் என்ன முடிவு எடுத்தாலும் அதை எதிர்கொள்ள தன்னை தயார்படுத்திக்கொண் டாள்.

விக்னேஸ்வரனுடன் தொடர்புவைத்திருந்த லலிதா தன்னை திருமணம் செய்துகொள்ள வேண்டுமென்று நிர்பந்தித்தாள். விக் னேஷ்க்கு இரண்டும்கெட்டான் நிலைமை. இந்த தகவல் அனுசூயா வுக்கு தெரியவந்தது. லலிதாவை திருமணம் செய்து கொண்டு வாழட்டுமென்று அவன் நண்பர்கள் மூலம் தெரிவித்தாள். ஒரு நல்ல நாளில் அவர்களின் திருமணமும் நடந்தேறியது. அதற்கு முன்பே விக்னேஸ்வரனை விவாகரத்து செய்ய சட்டப்படி செய்ய வேண்டியதை செய்திருந்தாள். ஏழு வருட தாம்பத்திய வாழ்வின் எச்சம் அவனுடைய மகன் தினேஷ் என்று நினைக்காமல், தன் வாழ்க்கையையும் பெரிதுபடுத்தாமல் அவனுக்கு வழிவிட்டாள். தந்தையை பிரிந்துவிட்ட வருத்தம் தினேஷ்க்கு வெகுநாட்கள் இருந்தது. அந்த இடத்தை அனுசூயா நிரப்பினாள். இரண்டு பிள்ளைகளுந்தான் தன் எதிர்காலம் என்று முன்னைவிடவும் உறுதியாக செயல்பட்டாள்.

மகளின் இரண்டாவது கணவனும் பாதி வழியில் விட்டு விட்டுப் போய்விட்டானே என்று எண்ணி எண்ணி பெரிதும் துக்கப்பட்ட சரோஜினியின் மூடிய கண்கள் ஒருநாள் திறக்கவே இல்லை. தாயின் மறைவால் அனுசூயா இடிந்துவிட்டாள். தனக்கு மிகப்பெரும் பலமாக இருந்தவள் போய்விட்டாளே என் கிற துயரம் தாள முடியவில்லை. மனம் வேதனை அடைந்த போதெல்லாம் தலைவைத்து படுத்து ஆறுதல் தந்த மடியாச்சே தாயின் மடி. சுகத்தையும் மகிழ்ச்சியையும் தந்த கணவன்களின் பிரிவுகூட அவளைப் பாதிக்கவில்லை. அம்மாவின் மறைவு வெகு வாக துவளச் செய்துவிட்டது.

பத்து வயதிலும் ஏழு வயதிலும் பிள்ளைகள் இருந்தாலும் அனுசூயா நல்ல வாளிப்பான உடல்வாகு உடையவளாக காட்சி தருவாள். முன்னிலும் உடல் லேசாக சதை பிடிக்கவே கவர்ச்சியாக காணப்படுவாள். இரண்டு கணவன்களை பிரிந்து தனியாக வாழ் கிறாள் என்கிற ரீதியில் பச்சாதாபப்படுபவர் சிலர். கணவனை வைத்து வாழத் தகுதியில்லாதவள், திமிர் பிடித்தவள், அகங்காரம் கொண்டவள் என்று சிலர் கருத்து தெரிவித்தனர். ஆண் துணை இல்லாதவள், எல்லாப் பெண்களுக்கும் தேவைப்படும் அது இவ ளுக்கு மட்டும் தேவைப்படதா என்ன, முயன்று பார்த்தால்

வழிக்கு வருவாள் என்று சில ஆண்களும் எண்ணுவதுண்டு. அலுவலகத்தில் இந்த எண்ணத்தோடு அனுசூயா மேல் அசிஸ்டண்ட் மேனேஜர் ஜெய்சங்கருக்கு மயக்கம் இருந்தது. ஜெய்சங்கர், அனுசூயா ஆபீஸ்க்கு மாற்றலாகி வந்து ஒரு வருடம் ஆகப்போகிறது. அங்கே வந்த சில நாட்களிலேயே ஜெய்சங்கர் நெஞ்சில் அனுசூயா நுழைந்துவிட்டாள்.

ஆபீஸ் அலுவல் காரணமாக ஜெயசங்கரோடு அனுசூயா வெளியில் செல்ல வேண்டி வரும். நட்போடும் கூடுதலான ஒட்டுறவோடும் அவளிடம் ஜெய்சங்கர் நடந்து கொள்வான். நாற்பது வயதை நெருங்கும் ஜெய்சங்கரை, அவனது தோற்றப் பொலிவு, சீரான உடல்கட்டு, சிகப்பு நிறம், கவர்ச்சியான முகச் சாயல் என்று சேர்ந்து இளைஞனாகக் காட்டும். பொதுவாக பெண்களின் அழகை ஓவியத்தோடு ஒப்பிடுவதுண்டு. ஜெய்சங்கர் பர்சனால்டி அந்த ரகத்தைச் சேர்ந்தது. சுழற்நாற்காலியில் சாய்ந்தவாறு ஆபீஸ் பேப்பரை அவன் கையில் பிடித்து வாசிப்பது ஒரு ஓவியம் போல இருக்கும். அவனின் உடல்மொழி மேனரிசமே கொஞ்சம் அலாதி தான். இயல்பாக பெண்கள் பெரும்பாலானோர் அவன் மேல் இச்சை கொள்ளும்போது அனுசூயா அந்த வரிசையில் இடம் பெற்றது பெரிய விஷயமல்ல.

பிரகாஷ், தினேஷின் பிறந்த நாளுக்கு அனுசூயா வீட்டிற்கு வந்து போன பழக்கம் ஜெய்சங்கரை மாதம் ஒரு முறையாவது வரச் செய்தது. அபீஸ் அலுவலாக பாம்பே, பெங்களூருக்கு இருவரும் போக வேண்டிய சந்தர்பங்கள் ஏற்பட்டன. விடுதி அறையில் ஒருநாள் இருவரும் சங்கமம் ஆயினர். தன்னை மீறிய ஒட்டுதல் அவன் மேல் ஏற்பட்டதன் காரணத்தை அவள் தேடிப்பார்க்கிறாள், கிடைக்கவில்லை. என்னதான் சுயகௌரவம், தனக்கென தனி அடையாளம் இருந்தாலும் ஒருபுள்ளியில் அவனோடு கலந்து படுக்கையில் கழித்தத் தருணங்கள் அவளுக்கு பெரும் மகிழ்வைத் தந்தன.

ஜெய்சங்கருக்கு திருமணமாகி பதினைந்து வருடங்களாகும். குழந்தைகள் இல்லை. அதற்கான குறைபாடுகள் மனைவி சசிகலாவுக்கு இருந்தது. குழந்தை பேருக்கான சிகிச்சையில் ஈடுபட்டு, உடல் ரீதியாக அவளால் ஒத்துழைக்க முடியாமல் போக சிகிச்சை கைவிடப்பட்டது. தாய்மை பேற்றை அடைய முடியாமல், அதுவே பெரிய கவலையாகி சசிகலாவின் மகிழ்ச்சி கொள்ளைப் போய் வெகு நாளாயிற்று. இது விஷயமாக மனைவிக்கு, ஜெய்சங்கர்

ஆறுதல் மொழி சொன்னதில்லை. இயந்திரமயமான வாழ்க்கை, சசிகலாவுக்கு சலித்து போனாலும் ஜெய்சங்கருக்கு எந்த பாதிப்பு மில்லை. தனக்கு இன்பத்தை அள்ளித் தரும் அனுசூயா இருக்கும் போது அவன் இன்னும் இளைஞன்தான்.

ஒருவர் மேல் ஒருவருக்கு ஏற்பட்ட காதல் மோகம் இரு வரையும் பகல் பொழுதில் கூட இணையச் செய்தது. பிள்ளைகள் பள்ளிக்கு சென்றுவிட வீட்டில் யாருமில்லா சூழல் இருவருக்கும் வசதியாக இருந்தது. அக்கம் பக்கத்தார்கள், சமுதாயத்தைப் பற்றி அஞ்சி பயந்த காலங்கள் மலையேறிவிட்டன. சசிகலா தாய் வீட்டிற்குப் போன சந்தர்ப்பங்களில் ஜெய்சங்கர் வீட்டில் இரு வரும் கூடி மகிழ்ச்சியாக இருந்தார்கள். மூன்று நான்கு வருடங ்கள் எப்படி போனதே தெரியவில்லை. ஒரு நாள் விடுதி அறை நிலைக்கண்ணாடி முன்பு இருவரும் தழுவியபடி நிற்க பிம்பத்தை மகிழ்ச்சியுடன் பார்த்துச் சொன்னான், 'அனு... நாம ரெண்டு பேரும் நல்ல பொருத்தம் இல்லே..'. அது என்னவோ உண்மை தான். மிகவும் பொருத்தமான இணையர் என்றே பொது இடங ்களில் இவர்களை பலரும் நினைப்பதுண்டு. இது காரணமாகவோ என்னவோ அனுசூயாவை மனைவியாக்கி தன் பக்கத்தில் வைத் துக்கொள்ள ஜெய்சங்கர் ஆசைப்பட்டான். அனுவிடமும் சொன் னான். அவன் விருப்பம் நிறைவேறாது என்று அப்போதே சொல்லிவிட்டாள்.

ஜெய்சங்கர் அடிக்கடி வீட்டிற்கு வருவதும், அப்போது அம்மா நடந்துகொள்ளும் விதமும், அவனுடன் ஃபோனில் பேசும் தொனியிலும், முகத்தில் தோன்றும் மகிழ்ச்சியைக் கண்டு பிள்ளைகள் இருவரும் ஓரளவு புரிந்துகொண்டனர். இந்த உறவின் சாயலை புரிந்துகொள்ளும் பக்குவம் பெற்றிருந்தனர். சிறுபிள்ளை கள் என்றாலும் அம்மாவின் மகிழ்ச்சிக்கு குறுக்கே தாம் நிற்கக் கூடாதென்ற எண்ணமிருந்தது. விக்னேஸ்வரனைக் காட்டி இவர் ஒனக்கு அப்பா மாதிரி என்று சொன்னது போல கூடிய விரை வில் ஒரு நாள் ஜெய்சங்கரையும் காட்டி அம்மா சொல்வாள் என்று காத்திருந்தனர்.

மனைவி சசிகலாவிடம் தன் விருப்பத்தை ஒரு நாள் ஜெய் சங்கர் சொன்னான். அதைக்கேட்டு அதிர்ந்து போனவள் சுதா ரித்துக்கொண்டு தன் மறுப்பை ஆவேசமாக வெளியிட்டாள். அனுசூயாவுடன் அவனுக்குள்ள தொடர்பை அறியாத அப்ராணி அல்ல அவள். கணவன் சந்தோஷத்தில் குறுக்கே நிற்க விரும்ப

வில்லையே ஒழிய தன் வாழ்க்கையின் குறுக்கே இன்னொருத்தி நிற்க அனுமதிக்கவில்லை. சசிகலா அனுமதியின்றி அனுசூயாவைத் திருமணம் செய்துகொண்டு பின்னால் சமாளித்துக்கொள்ளலாம் என்ற தைரியத்தில், திருமணம் செய்துகொள்ள சசிகலா சம்மதித்து விட்டாள் என்று பொய் சொன்னான். அதை உறுதிச் செய்ய ஒரு நாள் அலுவலகத்திலிருந்து நேரே ஜெய்சங்கர் வீட்டிற்குச் சென்றாள்.

காலிங் பெல்லை அடித்துவிட்டு வாசலில் நின்ற அனுசூயா வைக் கண்டதும் சில நொடிகள் ஒன்றும் புரியாமல் விழித்தாள் சசிகலா. மெல்ல புன்னகையை வரவழைத்துக் கொண்டு வரவேற் றாள். விஷேஷங்களில் சில முறை அனுசூயாவை பார்த்து பேசி யிருக்கிறாள். வீடு தேடி எதற்காக வந்திருக்கிறாள் என்கிற குழப் பத்தோடு உட்காரச் சொன்னாள். நலம் விசாரித்துக்கொண்டனர். பிள்ளைகள் படிப்பு பற்றி சசிகலா கேட்டாள். டீ, காபி என்று கேட்டபடி எழுந்தவளை வேண்டாம் எனச் சொல்லி உட்காரச் சொன்னாள். எப்படி விஷயத்தை தொடங்குவது எனத் தயங்கி னாள். வரும்போது இருந்த வேகமும் தெளிவும் காணாமல் போய் விட்டது. கேட்க வந்துவிட்டு கேட்டுதானே ஆக வேண்டும்.

“ஜெய் ஒரு விஷயம் சொன்னாரு, கேட்டுட்டு போவலா முன்னு வந்தேன்.”

ஜெய் என்று உரிமையோடு அவள் சொன்னது, சசிகலாவுக்கு மெல்லிய ஊசியால் குத்தியது போலிருந்தது.

“என்னா சொல்லுங்க..”

“என்னை மேரேஜ் பண்ணிக்க நீங்க ஒத்துகிட்டதா சொன் னாரு..”

“எப்பச் சொன்னாரு..”

“ரெண்டு நாளு முன்னே..”

“என் டவுட்ட கிளியர் பண்ணுறீங்களா..”

“ம்..”

“அவுரு சொன்னதை உண்மையான்னு கன்பாஃம் பண்ண வந்தீங்களா, இல்லே என் சம்மதத்தை கேக்க வந்தீங்களா?”

“ரெண்டும் ஒன்னுதான். ஒங்க விருப்பத்த தெரிஞ்சிகனும்..”

“என் விருப்பம் என்னவா இருக்குமுன்னு நெனைக்கிறீங்க..”

"சம்மதிக்க மாட்டீங்கங்கிறது என் ஒப்பீனியன்.."

"எப்படி கரைக்ட்டா சொல்றீங்க.."

"நொண்ட்டியோ மொடமோ சிவப்போ கருப்போ, படிச்சவளோ படிக்காதவளோ, ஏழையோ பணக்காரியோ, ஆரா இருந்தாலும் தொண்ணூறு பர்சன்ட் பொண்ணுங்க இதை ஏத்துக்க மாட்டாங்க. நீங்களும் சம்மதிக்க மாட்டீங்கன்னு தெரிஞ்சிதான் வந்தேன். ஒரு வேளை குழந்தை யில்லியேங்கிற பலவீனத்திலே சம்மதிச்சிருப்பீங்களோன்னு சின்ன சந்தேகம் இருந்துச்சு. நவ் இட்டீஸ் கிளியர்.."

விளக்கம் சொன்னவளின் முகத்தையேப் பார்த்துக்கொண்டிருந்தாள். தன்னைவிட இரண்டு மூன்று வயது மூத்தவளான அனுசூயாவின் பேச்சில் தெரிந்த தெளிவைக் கண்டு பேச்சிழந்து அமர்ந்திருந்தாள். சில நொடிகளுக்குப்பிறகு சட்டென்றுகேட்டாள்,

"இந்தச் சூழ்நிலை ஒங்களுக்கு வந்திருந்தா என்னா செய்வீங்க.."

அவள் கேட்டது தன் மனசாட்சியை உரசிப்பார்ப்பது போலிருந்தது. மேற்கூரையில் தன் பார்வையை சற்று நேரம் ஓட்டியவள்,

"இந்த மாரி சூழலை கடந்து வந்துட்டவ நான்.."

லேசாக இமையோரம் செவ்வரி ஓட விழிகள் பளபளத்தன. கைக்குட்டையால் கண்களைத் துடைத்தபடி எழுந்தாள்.

"ஒங்க மேல எனக்கு ரொம்ப கோவம். இப்ப அந்தக் கோவமெல்லாம் எங்க போச்சின்னு தெரியிலே. சராசரி பொண்ணுங்களோட ஆசை அபிலாஷை எல்லாம் ஒன்னுதான். அவுங்கள வித்தியாசப் படுத்தி பாக்கறது இந்த ஆம்பிள்ளைங்கதான்.."

சசிகலா கூறியதின் உட்கருத்தைப் புரிந்துகொண்டவளாய் விடைபெற்று கிளம்பினாள். என்றுமில்லாத மனத் தெளிவுடன் நடந்தாள். ஆபீஸ்கு லீவு சொல்லிவிட்டு வீட்டிற்குச் சென்றாள். மாலையில் ஜெய்சங்கரின் ஃபோன் வந்தது. தங்கை ஊருக்குப் போகிறேன், திரும்ப நான்கு நாளாகும், தொந்திரவு செய்ய வேண்டாமென்றுச் சொல்லி ஃபோனை துண்டித்தாள். இந்தப் பிரச்சினைக்கு சசிகலாவே முற்றுப்புள்ளி வைப்பாள் என எதிர்பார்த்தாள். ஜெய்சங்கருடனானத் தொடர்பை முறித்துக்கொள்ளத் தோன்றியது. ஆழ்மனதிலிருந்து ஏதோ ஒரு குரல் அப்படி ஆணையிட்டது. காரணம் புரியவில்லை.

ஆண்பெண் ஈர்ப்பிற்கு அப்பாற்பட்டு அவனோடு தன்னை இணைத்துக்கொள்ள எத்தனையோ காரணங்கள் இருந்தன. ஆனால் அவனைப் பிரிய காரணங்களை தேடுகிறாள். திருமணம் செய்துகொள்ள தன் மனைவி ஒத்துக்கொண்டதாக ஒரு பொய் சொன்னதைத்தவிர அவன் மேல் எந்த பழுதும் கூற முடியாது. அவன்மேலுள்ள மோகம்கூட எள்ளளவும் குறையவில்லை. ஆனா லும் அவனை விட்டுத் தள்ளி இருக்கவேண்டுமென்று அவளின் உள்மனம் கூறுகிறது. அவனது பிரிவு, பாதிப்பு என்பது உடலள வில் மட்டுமல்ல மன அளவிலும்தான். இரண்டு ஆண்களோடு அன்னியோன்யமாகக் கூடி வாழ்ந்தவள். ஆண் துணையின் அவ சியத்தை, அதை இழந்த பாதிப்பையும் வாழ்ந்து பார்த்தவள். அவளின் இந்த மனப்போராட்டத்தை முடிவுக்குக்கொண்டு வர ஒரு நிகழ்வு நடந்தது. ஆலந்தூர் கிளை அலுவலகத்திற்கு வேலை மாற்றலுக்கான உத்திரவு வந்திருப்பதாக ஆபீஸிலிருந்து ஃபோன் வந்தது. மறுநாள் ஆபீஸ்க்குப் போனாள். ஜெய்சங்கர்தான் அந்த ஆர்டரை அவளுக்கு வழங்கினான். அலுவல் விஷயமாக சில வார்த்தைகள் அவனுடன் பேசினாள். ஆபீஸ் நண்பர்கள் பிரிவு உபச்சாரம் செய்ய முனைந்தனர். வேண்டாமென்று மறுத்துவிட் டாள். ஜெய்சங்கர் அவளுடன் தனிமையில் பேச பெரிதும் முயன் றான். அவள் முற்றிலுமாகத் தவிர்த்தாள்.

பெண்ணுக்கு ஆணையும், ஆணுக்கு பெண்ணையும் இணை யாகப் படைத்த இயற்கையின் நோக்கத்தை சிலர் சிதைக்கலாம்; சிலர் கொச்சைப்படுத்தலாம். ஆனால் ஏதோ ஒருநாள் ஒரு பொழு தில் அது நிறைவேறிவிடுகிறது. அதுவும் சில பல தடைகளை மீறி யும் நிறைவேறிவிடுகிறது. வாய்ப்பு கிடைத்தபோதெல்லாம் ஜெய் சங்கரும் அனுசூயாவும் அப்படிகூடி மகிழ்ந்தனர். சிலநேரம் அந்த வாய்ப்பை ஏற்படுத்திக்கொண்டனர்.

தொடக்கத்திலேயே தன்னை மனைவியாக்கிக்கொள்ள தோன் றாமல் இப்போது ஏன் அந்த எண்ணம் அவனுக்கு தோன்றியது என எண்ணிப் பார்க்கிறாள். மனைவி என்கிறச் சொல் உடல் ரீதியாகவோ மனரீதியாகவோ எந்த மாற்றத்தையும் ஏற்படுத்தப் போவதில்லை. சமூக அந்தஸ்த்து, பண்பாடு நாகரீகம் இவை களுக்குள் கட்டுண்டவர்களுக்கு கணவன் மனைவி என்கிற கருத் தாக்கம் ஒரு பக்கமிருந்தாலும், இந்த தளையை மீறுபவர்களும் இருக்கத்தான் செய்கிறார்கள். தன் சந்தோஷம் தன் தேவைகள் என்று ஆளுமைச்செய்த ஆண் வர்க்கத்தின் மேல் பெண்கள் எதிர்

வினை ஆற்றத் தொடங்கிய பின் குடும்ப நெறிமுறை பண்பாட்டு கலாச்சாரங்கள் கேள்விக்குள்ளாகிறது.

காரணம் தெரிவிக்காமல் தன்னை அனுசூயா தவிர்த்து வருவது ஜெய்சங்கருக்கு வேதனை அளித்தது. அவள் பொருட் படுத்தவில்லை என்றாலும் அடிக்கடி ஃபோன் செய்வான். ஒரு நாள் அவன் ஃபோன் செய்த போது ரெஸ்ட்ராண்டுக்கு வந்து சந்திக்கச் சொன்னாள். அனு மீண்டும் கிடைத்துவிட்டாள் என்கிற குதூகலத்துடன் சென்றான். அவன் வருவதற்கு முன்பே இரண்டு கோல்டு காப்பி ஆர்டர் செய்துவிட்டு அமர்ந்திருந்தாள். சற்று நேரத்தில் முகத்தில் மகிழ்ச்சிப் பொங்க அவள் எதிரில் வந்து உட்கார்ந்தான். அவனின் ஒவ்வொரு அசைவையும் அதன் அழ கையும் இத்தனை நாளும் பார்த்து ரசித்தவள் சலனமற்ற பார் வையை அவன் மேல் ஓட்டினாள்.

"அனு என்ன ஏன் அவாய்டு பண்றே, நான் என்னா செஞ்சே.."

"அவாய்டு பண்ணுல ஒதுங்கிப் போறே.."

"போத் ஆர் ஸேம்.. சரி, கம் டு த பாயின்ட், ஒன்ன என்னால மறக்க முடியாது அனு.."

"விடலப் பசங்க மாதிரி பேசாதீங்க.."

"நீ என்ன சொன்னாலும், ஒன்ன என்னால மறக்க முடியாது.."

"தோ பாருங்க ஏதோ ஒரு சூழல்ல, ஒரு காலத்துல நாம பிரிஞ் சுதான் ஆவணும். பி.. பிராக்டிகல்.."

"அதான் ஒய்ன்னு கேக்கறே.."

"என்னால சொல்லி புரிய வைக்க முடியில.."

"நாம எப்பவும் இருந்த மாதிரி இருப்போமே.. ஒன்ன பிரிஞ்சு என்னால பீஸ்புல்லா இருக்க முடியாது. ஆபீஸ்ல ஒழுங்க வேலை செய்ய முடியாது. பைத்தியமா ஆயிடுவேன்.."

"நான் செத்திட்டா என்னா பண்ணுவீங்க.."

"ஓ மை காட்.. ஏன் இப்படியெல்லாம் பேசறே.."

"நீங்க சொன்ன மாரி ஒங்கள என்னாலயும் மறக்க முடியாது தான். காலப் போக்குல ஒங்ககிட்ட நெறைய மாத்தம் வரும். அதுக் கெல்லாம் ஈடுகொடுக்க என்னால முடியாது.. என்னைக்கோ ஒரு

நாளு வருத்தப்பட்டு கோவப்பட்டு பிரியருதுக்கு பதிலா இப்பவே ஒதுங்கிகிறது நல்லது. ஒங்கமேல எந்த மனக்கசப்பு இல்லாம ரயில் பயண நண்பன் மாதிரி பிரியறது இன்னும் நல்லதில்லியா..."

"நீ என்னென்னமோ சொல்லி குழப்புற, ஐ நோ யூ ஆர் வெரி இன்டலிஜென்ட்..."

கோல்டு காப்பி வந்தது. இருவரும் கொஞ்சம் சாப்பிட்டனர். உதட்டிலிருந்த நுரையை டிஷ் பேப்பரால் துடைத்துவிட்டு,

"நீங்க என்னைக்கும் என் நெஞ்சில இருப்பீங்க; இந்த முடிவோட காரணம் பின்னால ஒங்களுக்குப் புரியும். அப்போ ஒங்க பக்கத்திலே நான் இருக்க மாட்டேன். ஒங்க வாழ்க்கையில அனுசூயா அத்தியாயத்துக்கு இன்னையோட புல்ஸ்டாப் வையிங்க.. நான் கிளம்புறேன்.. பை.."

அவன் முகத்தைப் பார்க்காமல் சொல்லிவிட்டு வெளியே வந்தவள் தனக்கு முன்னே நீண்டு செல்லும் சாலையில் இறங்கி நடந்தாள்.

●